D9900214

नटसम्राट

वि. वा. शिरवाडकर यांची प्रकाशित नाटके

दूरचे दिवे (१९४६)
दुसरा पेशवा (१९४७)
वैजयंती (१९५०)
कौंतेय (१९५३)
राजमुकुट (मॅक्बेथ) (१९५४)
ऑथेल्लो (१९६१)
आमचं नाव बाबुराव (१९६५)
ययाति आणि देवयानी (१९६८)
वीज म्हणाली धरतीला (१९७०)
बेकेट (१९७१)
नटसम्राट (१९७१)
विदूषक (१९७३)
एक होती वाघीण (१९७५)
आनंद (१९७६)
मुख्यमंत्री (१९७७)
चंद्र जिथे उगवत नाही (१९८१)
महंत (१९८६)
कैकयी (१९८९)
किमयागार (सहलेखक : सदाशिव अमरापूरकर) (१९९६)

नाटिका / एकांकिका
दिवाणी दावा (१९५४)
देवाचे घर (१९५६)
नाटक बसते आहे (१९६१)

संकीर्ण
प्रकाशाची दारे (२००२)

नटसम्राट

वि. वा. शिरवाडकर

पॉप्युलर प्रकाशन, मुंबई

नटसम्राट

(म–३००)

पॉप्युलर प्रकाशन

ISBN 978-81-7185-723-4

NATASAMRAT

(Marathi : Play)

V. V. Shirwadkar

© १९७१, पॉप्युलर प्रकाशन प्रा. लि.

पहिली आवृत्ती : १९७१/१८९२

तिसरी आवृत्ती : २०१०/१९३२

शिरवाडकर जन्मशताब्दी विशेष : २०१२/१९३३

सातवे पुनर्मुद्रण : जानेवारी २०१६/१९३७

आठवे पुनर्मुद्रण : फेब्रुवारी २०१६/१९३७

नववे पुनर्मुद्रण : एप्रिल २०१६/१९३८

दहावे पुनर्मुद्रण : डिसेंबर २०१६/१९३८

अकरावे पुनर्मुद्रण : जुलै २०१८/१९४०

बारावे पुनर्मुद्रण : जुलै २०१९/१९४१

तेरावे पुनर्मुद्रण : मार्च २०२०/१९४१

चौदावे पुनर्मुद्रण : नोव्हेंबर २०२१/१९४३

अक्षरजुळणी

संतोष गायकवाड

पिंपळे गुरव, पुणे ४११०२७

प्रकाशक

अस्मिता मोहिते

पॉप्युलर प्रकाशन प्रा. लि.

३०१, महालक्ष्मी चेंबर्स

२२, भुलाभाई देसाई रोड

मुंबई ४०० ०२६

वि. वा. शिरवाडकर यांच्या सर्व
नाटकांचे व एकांकिकांचे प्रयोग
रूपांतर, भाषांतर, दूरदर्शनमालिका
व्हीसीडी, डीव्हीडी, चित्रपट, ई-बुक्स
रूपांतर इत्यादी संदर्भातील सर्व अधिकार
पॉप्युलर प्रकाशनाकडे असून परवानगी
आणि परवानगी मूल्य यांसाठी
पॉप्युलर प्रकाशन प्रा. लि.
३०१, महालक्ष्मी चेंबर्स
२२, भुलाभाई देसाई रोड, मुंबई ४०० ०२६
या पत्त्यावर पत्रव्यवहार करावा

बापूराव सावंत
यांच्या आठवणीस...

आभार

मराठी रंगभूमीवरील एका नटश्रेष्ठासाठी 'किंग लियर'चे रूपांतर करावे अशी योजना माझ्याकडे आली होती. त्याबाबत विचार करताना सम्राटाऐवजी एक वयोवृद्ध नटसम्राट माझ्या मनात उभा राहिला आणि त्यानेच कल्पनेचा कबजा घेतला. ते चित्र येथे वाचक-प्रेक्षकांना सादर करीत आहे.

नाटकाच्या लेखनास आणि प्रयोगास नाटककार वसंतराव कानेटकर, दि गोवा हिंदू असोसिएशनचे रामकृष्ण नायक, अवधूत गुडे, चित्रकार दीनानाथ दलाल, भिकू पै-आंगले आणि दिग्दर्शक पुरुषोत्तम दारव्हेकर या मित्रांनी नाना प्रकारचे साहाय्य केले. त्यांचा ऋण-भार नटसम्राटाच्या मस्तकावर आहे. आपल्या मनातील चित्र रंगमंचावर यथार्थ रूपात पाहण्याचे समाधान लेखकाला क्वचितच मिळते. डॉ. श्रीराम लागू या प्रतिभाशाली कलावंताने हे दुर्मीळ समाधान मला दिले आहे. त्यांचे आणि नाट्य साकार करणाऱ्या अन्य सर्व कलावंतांचे व तंत्रज्ञांचे मी मन:पूर्वक आभार मानतो.

— वि. वा. शिरवाडकर

प्रकाशकाचे निवेदन

'नटसम्राट' हे गोवा 'हिंदू असोसिएशन'चे सर्वात यशस्वी नाटक त्या एकाच संस्थेने ७६० प्रयोग केले. गणपतराव बेलवलकर ही भूमिका वेगवेगळ्या नटांनी केली तरीही हे नाटक होत राहिले. त्यानंतरही अनेक संस्थांनी हे नाटक रंगभूमीवर आणले. चंद्रलेखा या संस्थेने तर डॉ. श्रीराम लागू यांना घेऊनच. त्याशिवाय मधुसूदन कोल्हटकर, राजा गोसावी, प्रभाकर पणशीकर, उपेन्द्र दाते, शतिस्कर इत्यादी अनेक नटांनी मुद्दाम ही भूमिका केली.

या नाटकात भूमिका केलेल्या अनेकांना 'नटसम्राट' विषय काही सांगायचे असेल. या एका नाटकावर अनेक पुस्तके लिहिली गेली आहेत. ह्या पुस्तकांत अनेक समीक्षकांचे लेख एकत्र आहेत.

या नाटकाची ध्वनिफीत नॅशनल असोसिएशन फॉर ही ब्लाईड यांनी मुद्दाम अंधांसाठी तयार केली. तर ह्या संस्थेने त्याची चित्रफीत तयार केली. तर ह्या संस्थेने त्याची चित्रफीत तयार केली. ह्या पुस्तकास साहित्य अकादमी पुरस्कार मिळाला आणि त्या निमित्ताने त्याची इतर भाषांत अनुवादही प्रसिद्ध झाले.

अनेक वर्षांपूर्वी पॉप्युलरने डॉ. लागू यांच्याकडून लेख लिहून घेतला होता. तो 'नटसम्राट'च्या १९९५ सालच्या आवृत्तीत प्रसिद्ध झाला होता. त्यानंतर १९९५ साली जी विशेष आवृत्ती प्रसिद्ध झाली त्यासाठी त्यांनी पुन्हा लेख लिहिला हे दोन्ही लेख परिशिष्टात समावेश केले आहेत.

शिरवाडकरांनी ही वेळोवेळी ह्या नाटकाबद्दल लिहिले आहे त्यांपैकी निवडक परिच्छेद परिशिष्टात दिले आहेत.

ह्यापूर्वी 'नटसम्राट'ची एक विशेष आवृत्ती प्रसिद्ध केली होती. त्यात वि. भा. देशपांडे यांनी 'नटसम्राट' विषयीच आढावा घेतला होता. तो अभ्यासकांनी पाहावा.

१ जानेवारी २०१२ प्रकाशक
मुंबई

या नाटकाचा पहिला प्रयोग 'दि गोवा हिंदू असोसिएशन, कला विभाग' या संस्थेने दिनांक २३ डिसेंबर १९७० रोजी बिर्ला मातोश्री सभागृह, मुंबई, येथे सादर केला.

दिग्दर्शक : पुरुषोत्तम दारव्हेकर
पार्श्वसंगीत : अरविंद मयेकर
नेपथ्य : पांडुरंग कोठारे
प्रकाश : प्रकाश मळकर्णेकर

कलावंत

अप्पा : श्रीराम लागू
कावेरी : शांता जोग
नंदा : कृष्णकांत दळवी
नलू : कुमुद चासकर
शारदा : सुनंदा वर्तक
विठोबा : बाबूराव सावंत
भाऊ बिवलकर (पुढील प्रयोगांत)
राजा : माधव आचवल
सुधाकर : सुंदर तळाशीलकर
ठमी : कु. बीना म्हापसेकर
कळवणकर : मधुकर नाईक
सौ. कळवणकर : विमल जोशी
आसाराम : भाई नारकर
अन्य भूमिका : विजया धनेश्वर, भोलाराम आठवले, विनायक सोमण, शिवलिंग गायकवाड, पंढरीनाथ खटावकर

दि गोवा हिंदू असोसिएशन, कला विभाग या संस्थेने या नाटकाचे जे प्रयोग केले त्यांतील 'अप्पा' ही प्रमुख भूमिका श्रीराम लागू, दत्ता भट, सतीश दुभाषी, चंद्रकांत गोखले यांनी केली होती. या सर्व प्रयोगांत 'कावेरी' ही भूमिका शांता जोग यांनी केली होती.

अंक पहिला

[दर्शनी पडदा उघडतो —
त्या वेळी मंद स्वरातील आणि संथ लयीतील संमिश्र वाद्यसंगीत ऐकू येते. रंगमंचावर एक गर्द निळा पडदा सोडलेला आहे. पडद्याच्या मध्यावर एक साधी हातखुर्ची असून तिच्यावर एक म्हातारा माणूस बसलेला आहे. बसलेला आहे म्हणजे खरोखरी झोपलेलाच आहे.
धोतर, सदरा, जुन्या पद्धतीचा लांब ढगळ कोट आणि कानांवरून लपेटलेला मफलर, असा त्याचा पोशाख आहे.
खुर्चीच्या हातावर उजवा हात आणि हातावर गाल रोवून म्हातारा डुलक्या घेतो आहे. मान मागेपुढे खालीवर ओघळते आहे. एक ओबडधोबड काठी दुसऱ्या हातातून लोंबकळते आहे. खुर्चीभोवती स्वप्नाळू रंगाचा प्रकाशझोत.
त्याच्या सभोवार लहरणाऱ्या संगीताची लय वाढत जाते. स्वर अधिकाधिक तीव्र होतात आणि अखेरी वेडावाकडा कल्लोळ होऊन तारा तुटल्याप्रमाणे सर्व आवाज अकस्मात बंद पडतात.
म्हातारा धक्का दिल्याप्रमाणे जागा होतो. खुर्चीवर सावरून बसतो. दोन्ही बाजूंना किलकिल्या डोळ्यांनी पाहतो. नंतर कोटाच्या खिशातून चष्मा काढतो व धोतराच्या पदरांनी काचा साफ करून तो डोळ्यांवर चढवतो. नंतर म्हातारा प्रेक्षकांकडे पाहू लागतो. अगदी बारकाईने, प्रेक्षकगृहाच्या कानाकोपऱ्यांचा शोध घेत. स्मित करून प्रेक्षकांना नमस्कार करतो आणि सरळ त्यांना उद्देशून बोलू लागतो :]

म्हातारा : माफ करा, रसिकमित्रांनो, माफ करा. आपल्याला बरंच ताटकळत बसावं लागलं याची जाणीव आहे मला. माफ करा, माझा अगदी नाइलाज झाला. खरं म्हणजे वक्तशीरपणा आमच्या अंगात अगदी नाटकाइतकाच भिनलेला आहे. आपल्याला ठाऊक असेल. आमच्या कंपनीची शिस्त अशी होती की, तिसरी घंटा नऊ वाजता व्हायची म्हणजे बरोबर नऊ वाजता. एकवीस वर्षं कंपनीच्या नाटकाचा पडदा वर गेला तो बरोबर आठ वाजून साठ मिनिटांनीच. एकसष्टावं मिनिट त्या पडद्यानं वर जाताना कधी घड्याळात

बघितलं नाही. (एकदम स्वत:शी) माझं घड्याळ कुठं गेलं? (खिसे चाचपून एक सोनेरी हातघड्याळ बाहेर काढतो.) गणपतराव जोश्यांनी हे घड्याळ माझ्या हातात बांधलं होतं–नागपूरला आमच्या हॅम्लेटचा गौरव झाला तेव्हा. सारखं जवळ ठेवावं लागतं. आपली समजूत रुतून बसली आहे मनात, हे घड्याळ चालू आहे तोपर्यंत सारं काही चालणार आहे. (घड्याळ पाहून) मान्य आहे. पंधरा मिनिटं उशीर झाला. (घड्याळ खिशात ठेवून) ठीक आहे. आजपर्यंत आपण मला सांभाळून घेतलंत त्याप्रमाणे आजही घ्याल असा मला विश्वास वाटतो.

रसिकमित्रांनो, –– नाही, आमच्या नारायणरावांप्रमाणे मी आपल्याला मायबाप, अन्नदाते वगैरे म्हणणार नाही. नारायणरावांच्या लडिवाळ प्रतिमेला ते साजून दिसे. नारायणराव म्हणजे मराठी रंगभूमीवरील एक अपूर्व घटना, फूटलाईटच्या प्रकाशात उगवलेलं इंद्रधनुष्य. सुगंध असलेला स्वर आणि स्वर असलेलं चांदणं. पण आमच्यासारखे नट म्हणजे खडकासारखे ओबडधोबड आणि पावसाळी ढगांप्रमाणे गडगडणारे. आमची अशी सलगी आपल्यालाही फारशी पसंत पडायची नाही. आणि माफ करा, पण इतकं नम्र होणं मला आवडत नाही. आपण माझ्यावर प्रेम केलं आहे. पण हे प्रेम आपण माझ्या कटोऱ्यात भिक्षा म्हणून घातलं आहे का? नाही –– आपलं प्रेम मी जिंकलेलं आहे. चाळीस वर्षं, रोज रात्री प्राण पणाला लावून जिंकलं आहे ते. गणपतराव बेलवलकर फार अहंकारी आहे असं लोक म्हणतात. म्हणू देत. वयाच्या पंधराव्या वर्षी घराच्या चारी भिंती चार बाजूंना कोसळून पडल्या. डोक्यावर आकाशाचं छप्पर दिसायला लागलं. सराई नसलेल्या वाळवंटातून वाटचाल करायला लागलो. पायाला जाळीत होती जमीन आणि मस्तकाला जाळीत होतं आकाश. पण अदृश्यातून कोणी तरी गुराख्यासारखं मला सतत हाकारीत होतं. केव्हा आंजारूनगोंजारून तर केव्हा चाबकाचे फटकारे मारून. या जळत्या प्रवासातच केव्हातरी साक्षात्कार झाला, की आपल्याला जगायचं आहे ते रंगभूमीवर आणि रंगभूमीसाठी. चाळीस वर्षांपूर्वी हुजऱ्याची शिंदेशाही पगडी घालून रंगमंचावर प्रवेश केला. पुढचा सारा तपशील सांगत नाही –– मला आठवतही नाही. एवढं खरं की, मी किनारा गाठला. गणपतरावांची शाबासकी मिळवली, लोकमान्यांचे आशीर्वाद मिळवले, आपल्यासारख्या रसिकांचं प्रेम मिळवलं. नटाला जे हवं असतं ते सारं या

गणपतराव बेलवलकरानं मिळवलं आहे. या संतोषाला केव्हा अहंकाराची धार आली तर आपण क्षमा करायला हवी.
आणि खरं सांगू? म्हातारपणात थोडासा अहंकार हवा माणसाजवळ. भोवतालची पोकळी जरा भरून काढता येते. परवा बसनं कुठेतरी जात होतो. लांबच लांब रांग, शेवटी आमचा नंबर लागला. पण बस एखाद्या बाजिंद्या बाईसारखी कुर्‍र्यातच आली. उभं राहून राहून पायांना मुंग्या आल्या होत्या. बस थांबली, पण पाय गधडे जागचे हलेनात. हातातल्या पिशव्या सांभाळीत पाय फरफटत पुढे चाललो; पण बस थांबते कशाला? माझ्या म्हातारपणाला वाकुल्या दाखवून ती पुढे धावायला लागली. तोऱ्यामधे. 'टाइम अँड टाईड वेट फॉर नोबडी'. बसचंही तसंच आहे. पण तेवढ्यात गंमत झाली. खाडकन ब्रेक लागले. बस थांबली. माझ्याकडे अकारण शत्रुत्वानं पाहात गेलेला तो कंडक्टर खाली उतरला आणि माझ्याकडे धावत आला. मला वाटलं, आपल्या हातून काही तरी कायदेभंग घडला. हा चौकीवर घेऊन जाणार आपल्याला. तेवढ्यात — मित्रांनो, - त्या कंडक्टरनं माझे हात धरले आणि आमचं गाठोडं मोठ्या काटच्याकाळजीनं बसमध्ये नेऊन पोचवलं. आणि जाताना म्हणतो कसा बिलंदर — माफ करा, आपण अप्पासाहेब बेलवलकर, लक्षात आलं नाही अगोदर. अशी माणसं भेटतात. फरफटणाऱ्या पायांचं, अडखळणाऱ्या जिभेचं, थरथरणाऱ्या हातांचं जरा विस्मरण होतं. म्हातारपणाच्या पोकळीत अहंकाराची घंटा घणघणते आणि सांगते, तूही कोणीतरी आहेस. पण रसिक बंधुभगिनींनो, आपल्या पायाशी मात्र मी लीन आहे. लाचार नाही; पण लीन आहे. याच ठिकाणी मी पाहिली आहे माझी पंढरी आणि काशी. आपणच माझा पुतळा घडवला आहे, ही संतोषाची जहागीर आपणच मला दिली आहे. आणि आज तर आपण आपल्या प्रेमाची परिसीमा केली आहे. मला अडगळीतून पुन्हा बाहेर काढलंत आणि आज या सत्काराच्या निमित्तानं आपल्या चिरंतन स्नेहाची ही तीन चांदांची सरदारकी आपण मला बहाल केलीत. गळ्यात पुष्पहारांची ही प्रचंड रास घातलीत, 'नटसम्राट' या पदवीनं माझा गौरव केलात आणि चाळीस हजारांची ही भरभक्कम थैली माझ्या हातात दिलीत. महान नाटककारांची भाषा माझ्या खजिन्यात संग्रही आहे. शब्द - डोंगरासारखे शब्द, समुद्रासारखे शब्द, आभाळासारखे, वणव्यासारखे, पाखरांसारखे रंगीत,

फुलासारखे मुलायम-सारे या क्षणाला निकामी झाले आहेत. आपण जाणून घ्यावं एवढीच विनंती आहे.

...सफल आणि समाधानी म्हातारपण म्हणजे गुलबकावलीचं फूल. मला मिळालं आहे ते. दोन पोरींच्या रूपानं सारं जग सापासारखं उलटल्यावर राजा लियर काय म्हणाला होता –– आठवतंय? (उठतो आणि लियरच्या आविर्भावात म्हणतो:)

— हे स्वर्गस्थ शक्तींनो,
द्या खडकाची अभेद्यता माझ्या मनाला
मला हवं आहे सामर्थ्य सहन करण्याचं
फक्त सहन करण्याचं.
वयानं आणि व्यथेनं लक्तरलेला हा थेरडा
उभा राहिला आहे हे दैवतांनो,
आक्रोश करीत तुमच्या दाराशी,
त्याला दान करा फक्त सहनशीलतेचं.
जर तुम्हीच ओतलं असेल कृतघ्नतेचं जहर
या कारट्यांच्या काळजामध्ये
तर करू नका निदान माझी कुचेष्टा
मला लाचार करून
त्यांच्या समोर.
पेटून उठू द्या माझं अंतःकरण ऊर्जस्वल क्रोधानं.
लांच्छित करू नका माझी मर्दानी नजर
जनानी शस्त्रांनी, आसवांच्या थेंबांनी.
नाही, बेमुर्वत सटव्यांनो मी रडणार नाही
मी घेईन असा अघोरी सूड
तुम्हां दोघींचाही
की थरकाप होईल साऱ्या पृथ्वीचा
मला आज न कळणाऱ्या - त्या कृत्यानं.
तुम्हांला वाटत असेल, मी रडेन
पण कारण असलं तरी नाही–नाही–
मी रडणार नाही
होतील माझ्या या छातीच्या सहस्रावधी चिंधड्या

अश्रूंचा एक थेंब ओघळण्यापूर्वी
विदूषका! मी भ्रमिष्ट होईन...

(शिणल्याप्रमाणे क्षणभर गलितगात्र होऊन खुर्चीला धरतो. नंतर खुर्चीवर बसून स्वत:शी थोडा हसतो. मग प्रेक्षकांकडे पाहून) मी आमच्या वासुदेवराव केळकरांना म्हटलं, — वासुदेवराव म्हणजे शेक्सपियरचे महा अभिमानी आणि व्यासंगी -- मी म्हटलं, प्रोफेसरसाहेब, तुमचा हा शेक्सपियर नाटककार नाही. नुसता सैतान आहे, दु:खांची लागवड करणारा. वासुदेवराव फक्त हसले आणि म्हणाले, समजेल. पुढे मला समजलंही. लियरचं काम करताना अनेक म्हाताऱ्यांचे चेहरे, भकास चेहरे मला दिसायचे. ते रडत नव्हते. रडायची ती तरणीताठी मंडळी. पण हे म्हातारे नुसते जागच्या जागी फुटत होते—वरवंट्याखाली घातल्याप्रमाणे — आणि त्या फुटक्या नजरेतून बाहेर पडणारी भयाची जळमटं स्टेजवर येऊन माझ्या शरीरात शिरायचा प्रयत्न करीत होती. मी हजारांत शिरत होतो आणि हजार माझ्यात शिरत होते. हे कसब सैतानाचं नाही, देवाचं नाही, फक्त नाटककाराचं. (थोडासा हसतो.) पण दोस्तांनो, खरं सांगू? दु:खाप्रमाणे सुखाचा बोजादेखील म्हाताऱ्या मस्तकाला सहन होत नाही. आणि म्हणूनच माझं सुख, माझं सर्वस्व आज मी वाटून टाकायचं ठरवलं आहे, माझ्या दोन कोकरांना. माझं सुख, माझी मालमत्ता, माझा सन्मान, आपण आज दिलेली ही थैली, सारं काही. (बाजूला वळून कोणाशी तरी बोलत असल्याप्रमाणे) नाही, नाही, वकीलसाहेब, शंका घ्यायचं कारण नाही. अहो, याच वडाच्या फांद्या आहेत त्या. फार सरळ, सालस आणि गोड पाडसं आहेत माझी! (ओरडून) मी सांगतो, यात अक्षराचा बदल व्हायचा नाही. माझ्या इच्छेप्रमाणे सारं काही व्हायला पाहिजे. (प्रेक्षकांकडे) हे वकील म्हणजे सगळे संशयाबादचे रहिवासी! आमचे गडकरी मास्तर त्यांना शंकासुर म्हणायचे ते उगाच नाही. अहो, माझी पोरं म्हणजे मोगऱ्याच्या कळ्या आहेत नुसत्या. आणि मी त्यांना वाढवलंही फुलासारखंच. केल्यासवरल्याचं बापानं बोलू नये; पण तुम्हांला म्हणून सांगतो, मी रुपयांच्या आंघोळी घातल्या त्यांना. अर्धं आयुष्य गेल्यावर चार पैसे कनवटीला लागले आणि त्याच वेळी या पोरांनी घराचं गोकूळ केलं. आमची बायको — मी सरकार म्हणतो त्यांना — तेही एक प्रकरणच आहे. नाटकाचा प्रयोग झाला की मीठमोहऱ्यांनी माझी दृष्ट काढीत असे. अगदी साठीत शिरल्यावरसुद्धा. नाटक संपल्यावर पहाटे माझं जेवण,

तर हिचं जेवण माझ्याही नंतर. उपासतापास तर इतकी करते की, बाई जिवंत कशी राहाते याचं नवल वाटतं. लग्नाच्या जुगारखान्यात अशी बाई हाती लागणं हे भाग्य. नाटकाच्या पडत्या काळात वनवास पत्करावा लागला आम्हां दोघांना. पण पोरांची कधी आबाळ झाली नाही. आणि त्या कार्ट्यांनीही चीज केलं शेवटी. अहो, नाही तर नटाची पोरं. कंपनीच्या हार्मोनियमप्रमाणे शेवटी रस्त्यावर यायची! आमच्या सदाशिवरावाचं काय झालं? चार पोरं चार दिशांना निघून गेली उधळलेल्या बैलांसारखी. पण माझा नंद्या आणि माझी नली मात्र – (बाजूला वळून हाका मारतो) नंद्या, ए नंद्या – (आतून : आलो अप्पा, आलो.) सून जावईही अशीच मिळाली आहेत की जणू आमच्या अंगणात उगवली ती. ही पोरं आजूबाजूला बसली की अगदी रामपंचायतन घडल्यासारखं वाटतं.

[नंदा येतो. हे सर्व स्मृतीतील असल्याने यापुढे येणाऱ्या सर्व पात्रांच्या हालचाली अस्वाभाविक, काहीशा कळसूत्री बाहुल्यांसारख्या दिसतात. नंदा येतो आणि सस्मित मुद्रेने खाली मान घालून जवळ उभा राहतो.]

अप्पा : हा माझा नंद्या. एम. ए. झालाय गधडा!

नंदा : एम. कॉम. अप्पा.

अप्पा : एम. कॉम. अरे अशी काही पदवी असते हेदेखील तुझ्या अडाणी बापाला माहीत नव्हतं. तर (प्रेक्षकांकडे) हा एम. कॉम. झाला आहे. कंपनीच्या मास्तराजवळ श्रीगणेशा शिकला तेव्हा सदऱ्यानं नाक पुशीत होता. आता नखशिखान्त साहेब झाला आहे. कोटातल्या एका मोठ्या कंपनीत हुद्देदार आहे. कोणती कंपनी, नंद्या?

नंदा : फील्डवॉकर, कॅरनव्हस्की, तेजपाल अँड को.

अप्पा : ठीक ठीक! नकला पाठ होण्याचे दिवस राहिले नाहीत आता. हजारदा सांगितलंस तरी डोकं पुन्हा रिकामंच राहील. तर हा त्या इत्यादी इत्यादी कंपनीचा मॅनेजर. मध्ये चार महिने कंपनीच्या कामासाठी चीनलाही जाऊन आला.

नंदा : चीन नव्हे, मलेशिया, अप्पा.

अप्पा : अरे तेच! बंगाल ओलांडला की सगळीकडे पिवळा रंग आणि बसकी नाकं. तिकडे जाऊन यानं कंपनीचं काय कल्याण केलंय, देव जाणे. पण परत आल्यापासून सारखी बढती घेतोय. आता हजाराच्या पुढे गेलाय. एवढा

मोठा झाला, पण शेफारला नाही, उतला-मातला नाही. अजून उठल्यासुटल्या आमच्या पायावर डोकं ठेवतो.

[नंदा अप्पांच्या पायांवर डोके ठेवतो.]

अप्पा : अरे, पुरे पुरे! पंढरीच्या विठोबाप्रमाणे माझ्या पायांचं झिजून झिजून वाटोळं होईल. अजून काही वर्षं हे गाठोडं उचलायचं आहे त्यांना. पण तुला एक सांगून ठेवतो, नंद्या, आम्ही आज आहोत, उद्या नाही; पण कोणाला तरी नमस्कार करायची ही सवय मात्र कायम ठेव, बेटा. ज्यांना नमस्कार करायला जागा नाही ती माणसं अभागी. आणि जागा असून ज्यांना नमस्कार करायचा धीर होत नाही ती निव्वळ कपाळकरंटी. अमृताशी पैजा जिंकेल अशी ही चीज आहे, नंदा . 'कांचनगडच्या मोहने'चा पहिला प्रयोग होता आमच्या कंपनीचा. पुण्याच्या किर्लोस्कर थिएटरमध्ये. पगडी-उपरण्याचं पुणं होतं तेव्हा. सैतानासमोर परीक्षा द्यावी पण या पुणेरी प्रेक्षकांसमोर नको, असा दबदबा होता चहूकडे. पायातल्या चढावात जर काही दोष असेल तर बाकी सगळ्या गोष्टी सोडून अर्धा तास चढावाकडेच पाहात बसतील टक लावून, अशी कीर्ती त्यांची. पडदा वर जायची वेळ झाली. जीव भयंकर धास्तावून गेला होता माझा. वाटलं, आपलं कामच नव्हे, तर सारं आकाश कोसळून पडणार आज. इतकी मोठी भूमिका प्रथमच करणार होतो मी. तो तेनसिंग का कोण, एव्हरेस्टवर चढला ना? पायथ्याशी उभं राहून त्या बर्फाच्या सुळक्याकडे पाहताना त्याला जे वाटलं असेल तसंच मला वाटत होतं. चढलो तर दिग्विजय, पण पडलो तर मृत्यूशिवाय दुसरा सोयरा नाही. तेवढ्यात काकासाहेब आत आले. पुढे झालो आणि पायाला मिठी मारली दोन मिनिटं. त्यांनी आशीर्वाद दिला. ओठांतल्या ओठांतच. पण दशदिशांतून सदाशिवाच्या डमरूसारखा तो आवाज मला ऐकू आला. सगळ्या भयाचा निचरा झाला. अमृताचे घडे प्यायलो, अंतर्बाह्य प्रकाशानं निथळून गेलो. स्टेजवर पाऊल टाकताच आकाशाला हात घातला आणि प्रेक्षकांच्या पुढ्यात एकेक नक्षत्र फेकायला सुरुवात केली. स्टेजवरचा प्रतापराव हजार प्रेक्षकांच्या काळजात जाऊन दाखल झाला. नटाचा जन्म झाला. अप्पा बेलवलकराला आपला दिवा सापडला. शागिर्दांच्या गर्दीतून कलावंतांच्या राजसभेत आलो. हा होता नमस्काराचा प्रभाव !

[नंदा पुन्हा वाकून नमस्कार करतो.]

अप्पा : अरे, बस झालं बाबा. नमस्कार करीत जा म्हटलं म्हणजे तेवढंच करीत बसायचं नाही. सटीसहामासी कोणाला नमस्कार करताना लाज वाटू देऊ नकोस एवढंच महत्त्वाचं. बाकी सांगितलं ते फारसं लक्षात घेऊ नकोस. आमच्या नटांची जमात वेगळी, तिचे कायदेही वेगळे. नटांना रोज रात्री परीक्षेला बसावं लागतं. सर्वस्व इरेला घालून. त्यामुळे आमच्या दुनियेत नमस्कार, आशीर्वाद, ताईत, गंडेदोरे, पूजाअर्चा इत्यादी भाविक प्रकरणांवाचून भागत नाही. (प्रेक्षकांकडे) तेव्हा मित्रहो, हा माझा मुलगा नंदा आणि – (हाक मारतो.) सूनबाई, ए सूनबाई – [एक तरुण मुलगी येऊन उभी राहते.] ही याची बायको शारदा, मोठी गोड आणि दिलदार पोरगी आहे. पारिजातकाचं झाड नुसतं. सूनबाई –

[शारदा वाकून नमस्कार करते.]

अप्पा : शतायुषी हो बेटा. लौकर दोनतीन बछडी दे मला, माझी मिशी ओढायला. लाजू नकोस अशी. (प्रेक्षकांकडे) हिचं शारदा नाव सासऱ्यानं ठेवलं, नवऱ्यानं नाही. तिला मनापासून आवडलं नाही ते. पण करणार काय? अल्लादीनच्या दिव्यातून बाहेर आलेल्या राक्षसासारखा अक्राळविक्राळ सासरा कपाळी आला तेव्हा सहन करते! बिचारी.

शारदा : (लाजून, स्मित करीत) इश्श! काहीतरीच काय बोलावं हे! आपणा सर्वांची आवड तीच माझीही आवड.

अप्पा : (प्रेक्षकांकडे) झाला का निकाल! महाबळेश्वरी मधाची बुधली आहे, पावलोपावली असं गोड बोलून जीव घेणारी. (नंदाकडे) आणि कडेकपारींत उड्या मारणारी माझी ती बकरी कुठे आहे? (हाक मारतो,) नले-ए नले! माझ्या आयुष्यातला महान आनंदाचा दिवस आहे हा. माझी सारी माणसं मला जवळ हवी आहेत. (ओरडून) नले- ए-कारटे —

[मुलगी धावत येते.]

अप्पा : काय ग, नवऱ्यानं धरून ठेवलं होतं?

नलू : भलतंच काय, अप्पा? आईला मदत करीत होते.

अप्पा : (प्रेक्षकांकडे) हे आमचं कन्यारत्न. आमच्या शिबिरात आली की नली या नावानं वावरते. नवऱ्याच्या छावणीत गेली की सौ. कालिंदी कार्लेकर, केअर ऑफ सुधाकर कार्लेकर, डेप्युटी इंजिनिअर, नासिक डिव्हिजन.

नलू : (नमस्कार करीत) नमस्कार करते, अप्पा.

अप्पा : अष्टपुत्रा —

नलू : नको गडे.

अप्पा : ठीक ठीक! मी विसरलो. पूर्वी या खात्याचा कारभार स्वर्गातून होत असे, आता दिल्लीतून होतो. त्यांनी मनाई केली आहे अष्टपुत्रांना. अच्छा, तुझ्या मनात असेल ते घडो हा आशीर्वाद आहे माझा. (प्रेक्षकांकडे) या पोरीनं बी. ए.पर्यंत कधी पहिला वर्ग चुकवला नाही. मोठ्या इंजिनियरशी लग्न करून तेथेही पहिल्या वर्गात पसार झाली. नाशिककडील एका धरणावर नेमणूक झाली आहे आमच्या जामातांची. [सुधाकर येतो.] या जावईबापू —

[सुधाकर नमस्कार करतो.]

अप्पा : जावई, तुम्हांला पुढच्या परीक्षेसाठी जर्मनीला जायचंय ना? ऐकलंय मी.

सुधाकर : विचार आहे. कितपत जमतं ते पाहायचं.

अप्पा : जमेल, सारं काही जमेल. जिथे सासरा आहे तिथे मार्ग आहे. तुम्हांला जर्मनीला जायचं आहे आणि या कबुतरांच्या जोडप्याला मुंबईत स्वत:च्या मालकीचा फ्लॅट घ्यायचा आहे. त्याच बाबतीत मला तुम्हां सर्वांना काही सांगायचं आहे. — पण आमची गृहलक्ष्मी कुठे गेली? (मोठ्याने) सरकार, अहो सरकार — (प्रेक्षकांकडे) लक्षात आहे ना? तिचं नाव कावेरी आहे. पण याच नावानं आम्ही तिला हाक मारतो. (बाजूला वळून) सरकार —

नंदा :
नलू : आई–ए आई –

[आतून आवाज : आले रे बाबांनो.]

अप्पा : (आतल्या बाजूकडे) अग, तू काय सूत्रधाराची बायको आहेस काय, बाहेर यायला इतका उशीर करते आहेस ती!

[कावेरी येते. हातात एक पातेली घेऊन.]

कावेरी : काय काम आहे माझं? चुलीवर तवा तापला आहे तिकडे.

अप्पा : पन्नास वर्षं तुम्ही तापलेल्या तव्याबरोबरच संसार केला आहे! राहिलेल्या वेळात माझ्याबरोबर.

कावेरी : काहीतरीच बोलायचं. कसलं काम आहे एवढं? स्वयंपाक आटोपायला हवा. चार माणसं जेवायला यायची आहेत आज.

नंदा : पण आई, आचारी करताहेत सारं काही. तू उगाच कशाला —

अप्पा : हे पाहा नंद्या, तुझ्या आईसारख्या बायकांना स्वत: केल्याशिवाय समाधान वाटत नाही. आचारी म्हणजे नुसते प्रॉम्प्टरसारखे. आडलं म्हणजे पुढे नेणारे. सरकार, पाच मिनिटं थांबा. आजपर्यंत कोणत्याही व्यवहाराबाबत मी तुमची

संमती घेतली नाही. पण आज घ्यायची आहे ती. आजचा दिवस आपल्या आयुष्यात देवळाच्या कळसासारखा आहे. बांधकाम संपलं हे दुःख आहे, पण देऊळ पुरं झालं हा आनंद आहे. दुःख अटळ आहे म्हणून आनंद अधिक. सरकार, तुम्ही मला पन्नास वर्षं साथ दिलीत, भागीदारी केलीत पण त्या गोष्टीतील पहारेकऱ्याप्रमाणे मला मिळालेल्या नजराण्यात तुम्ही अर्धा हिस्सा कधी मागितला नाही. हिस्सा नेहमी हट्टानं मागितलात आणि घेतलात तो फक्त फटके खाण्यामध्ये. असेल ते शिजवलं, मिळेल ते पांघरलं. शेकोटीत घातलेल्या ढलपीचं जिणं तुम्ही स्वीकारलंत. दुसऱ्यासाठी जळण्याचं आणि तेही हसून खेळून जळण्याचं. हवं-नको हे शब्द कधी तुमच्या तोंडातून बाहेर पडले नाहीत.

कावेरी : हे काय चालवलंय आज भलतंच? हवं-नको म्हटलं नाही त्यात काय कौतुक केलं मी? मला हवं होतं ते सारं काही मिळालं. अगदी शिगोशीग भरून मिळालं. जे मिळालं नसेल ते हवं होतं कुणाला? ते मिळावं अशी कल्पनादेखील आली नाही मनामध्ये.

अप्पा : शाबास! इतकं मोठं भाषण आज प्रथमच केलंस तू माझ्यासमोर. एक नाटककार म्हणायचे, वय वाढलं की पुरुषांची पोटं आणि बायकांच्या जिभा सुटायला लागतात. ठीक आहे. पोरांनो, मी आता म्हातारा झालो आहे. दुसरा अंकही संपून गेला. आता तिसऱ्या अंकाला सुरुवात झाली आहे. दिवसादिवसानं अखेरच्या भरतवाक्याकडे मी प्रवास करतो आहे —

नलू : अप्पा!

अप्पा ; परमेश्वर नावाच्या नाटककाराला हे नाटक केव्हा आणि कसं संपवावंसं वाटेल याचा नेम नाही. पण त्याचा वरदहस्त हजारो रसिकांच्या द्वारा आज माझ्यापर्यंत पोचला आहे. या घटकेला पोरांनो, मी कृतार्थ आहे. दुःख जवळ ठेवावं आणि सुख वाटून द्यावं अशी शिकवणूक माझ्या नाटकांनी आणि नाटककारांनी मला दिली आहे. कोणीतरी म्हटलं आहे, चंद्र स्वतःचा कलंक स्वतःजवळ ठेवतो आणि आपलं चांदणं मात्र दुनियेला वाटून देतो. आजपर्यंत वाटायला माझ्याजवळ फारसं चांदणं नव्हतं. आज जे आहे ते मी सारं वाटून देणार आहे. या ओझ्यातून मला मोकळं व्हायचं आहे. दहा हजार रुपये, मला ज्यांच्यासंबंधी आदर आहे अशा संस्थांना आणि कार्यांना मी नजर केले आहेत. बाकीची माझी सारी मालमत्ता, या चाळीस हजारांच्या रकमेसह, मी समप्रमाणात माझ्या दोन कोकरांच्या स्वाधीन करायचं ठरवलं आहे.

नंदा :
नलू : अप्पा —

कावेरी : इश्श, एवढ्यासाठीच मला हाक मारली? जाते मी. तिकडे भात करपून जाईल.

अप्पा : थांब थोडा वेळ. तुझी संमती आहे?

कावेरी : नसायला काय झालं? तुम्ही कराल ते मला प्रमाण आहे. ताटात काय आणि वाटीत काय, काय फरक पडायचा आहे?

नलू : (अप्पांच्या गुडघ्यांना आवेगाने मिठी मारते.) अप्पा! हे काय चालवलंय तुम्ही आज? आत्ताच कशाला निरवानिरव ही? आम्हांला काही नको अप्पा-फक्त तुम्ही हवे आहात-तुमची माया हवी आहे-पाठीवर फक्त हात हवा आहे तुमचा. बाकी काही नको- (हुंदके देते-आणि एकदम उठून बाजूला जाते.)

नंदा : खरंच नको, अप्पा. मला जे वाटतं ते शब्दांतून सांगता येणार नाही मला. पण हे फार चमत्कारिक आहे. फार चमत्कारिक आहे. माझी शपथ आहे, अप्पा-

अप्पा : (उठतात आणि रागाने ओरडतात.) माझा निर्धार झाला आहे पोरांनो आणि या अप्पा बेलवलकरांचा निर्धार म्हणजे दगडावरची रेघ हे तुम्हांला माहीत आहे. मी तुमची संमती मागितली नाही. संमती मागितली ती फक्त सरकारची. तुम्हांला घेण्याचा अधिकार आहे, चर्चा करण्याचा नाही! (एकदम मऊ होतात. नंदा-नलूला डाव्या उजव्या हातांनी जवळ घेत प्रेमळ स्वराने म्हणतात) कोकरांनो, अरे सरकारांनी सांगितलं तेच खरं आहे. वाटीत आहे ते फक्त ताटात सांडतं आहे. त्यासाठी इतकं कासावीस व्हायचं काय कारण? माझी सर्वांत मोठी मालमत्ता तुम्हीच आहात, बाळांनो. (प्रेक्षकांकडे) तुम्हांला खरंच सांगतो, मित्रांनो, पैशाची काळजी मी आयुष्यात कधीच केली नाही. आमचे कवी म्हणतात, की पृथ्वी सूर्याभोवती फिरत नाही, ती रुपयाच्या नाण्याभोवती फिरते. असेलही, पण खऱ्या पृथ्वीवर मी फारसा राहिलोच नाही. माझी पृथ्वी वेगळी होती. कवींच्या प्रतिभेनं निर्माण केलेली, थिएटरमधील अंतराळानं तोलून धरलेली, चंद्रसूर्यानं नव्हे तर रंगमंचावरील दिव्यांनी प्रकाशित केलेली. रुपयाआण्यांचे जमाखर्च माझ्या या जगात फारसे पोचलेच नाहीत. द्रव्य मिळत होतं तेव्हा हस्ताच्या पावसासारखं अंगावर कोसळत होतं. हा राजवाड्याचा पडदा देवानं गुंडाळला केव्हा आणि मागे जंगलाचा सीन उभा केला केव्हा, नाटकाच्या नशेत काहीच उमगलं नाही.

पण नटावर प्रेम करणारे लोकही नटासारखेच वेडे असतात. त्यांनीच माझे जमाखर्च सांभाळले, माझे व्यवहार तडीला लावले. कंपनीच्या नावावर कर्ज काढली आणि गल्ल्यावर बसून ती फेडलीही. शेवटी पराभवाचा पांढरासफेत फ्लॅट मागे लागला आणि माझ्या मनानं नाही तरी माझ्या म्हातारपणानं रंगदेवतेला अखेरचा नमस्कार केला. पोरांना होस्टेलात ठेवलं आणि आमच्या खेडेगावात जाऊन राहिलो. पारावर बसून वडाच्या झाडाला आणि मारुतीच्या मूर्तीला माझी भाषणं ऐकवीत असे मी. रंगभूमी कोसळली होती, नट संपले होते, सारं काही उद्ध्वस्त झालं होतं. प्रकाशाची धास्ती घेऊन, एका भुयाराच्या पाणथळीत राहात होतो-जखमी झालेल्या रानमांजरासारखा. तसं म्हटलं तर सुखात होतो मी. हवा निर्मळ होती, माणसं प्रेमळ होती, काळ्या जमिनीचं वात्सल्य अपार होतं; पण आपण एका कोसळलेल्या इमारतीचा चिरा आहोत ही जाणीव मनातून हटत नव्हती. पुढे एक दिवस असा उजाडला की, आमच्या तळघराच्या भगदाडापाशी शिंगतुताऱ्यांचे आवाज ऐकू येऊ लागले, रंगीबेरंगी निशाणं फडकू लागली आणि नटश्रेष्ठ, नटसम्राट अशा ललकाऱ्या दुमदुमू लागल्या. मराठी माणसांची एक मिरवणूक आली दाराशी, मला अंधारातून बाहेर काढण्यासाठी. त्या मिरवणुकीच्या आघाडीवर होता एक — कुठं आहे तो डॉक्टर? एक कलदार माणूस, प्रचंड पहाडामधून खोदून काढलेला एक बलराज पुतळा. त्यानं गळ्यातला स्टेथॉस्कोप बाजूला टाकला आणि मखमली पडद्याची रस्सी हातात घेतली. धूपदाणीच्या निखाऱ्यांवर आपलं आयुष्य उदासारखं भिरकावून दिलं. खासा मराठी माणूस. पण हे आपलं त्याच्या अपरोक्ष बोलणं हं. समोर बोललो तर सिंहासारखा अंगावर गुरकावेल-बेलवलकर, गप्प बसा आणि नक्कल पाठ करायला घ्या! - कुठंतरी इथं असला पाहिजे तो - अहो, त्यानंच तर हा सारा प्रसंग घडवून आणला आणि आमच्या कपाळावर आज पुन्हा मुंडावळ्या बांधल्या. (थिएटरमध्येच सर्वत्र पाहत) अहो डॉक्टर, डॉक्टर! - नाही सापडायचा तो. आपण उभारलेल्या कामातून हरवून जायचं ही त्याची नेहमीची रीत. नाही-पण वयाचा तोरा गाजवून मीही त्याला एकदा फैलावर घेणार आहे - अरे बाबा, काम कर. पण आपल्या तब्येतीकडे, संसाराकडे थोडं तरी पाहशील की नाही? - नाही ना कुठे? - नाही सापडायचा तो - ठीक आहे. तर काय सांगत होतो? अस्सं होतं. भरकटत जातो. हं, आम्ही पुन्हा उजेडात आलो. म्हातारपणातही पुन्हा करता येईल तेवढं केलं.

विरलेले, विटलेले, पण ठेवणीतले शेलेमंदील प्रेक्षकांना दाखविले. त्यांनीही भलाईनं कोडकौतुक केलं. उत्तम झालं. आता मात्र या पोरांच्या जिवावर खरोखरच रिटायर झालो. अगदी कायमचा. मोरवाडीची शेतीवाडी विकली, त्याचे पैसे आले. तेही काम या डॉक्टरामुळेच तडीला गेलं. नाहीतर एक दिडकी हाताला लागली नसती. असा सगळा हिशेब झाला. मनानं कोणाकोणाची देणी देऊन बसलो होतो. त्या रकमा डॉक्टरांच्या सल्ल्यानं देऊन टाकल्या आणि बाकीचं उरलेलं सारं काही — पन्हाळीत राहिलेलं पावसाचं पाणी — हे आज तुमच्या साक्षीनं माझ्या या दोन फांद्यांना मी सारखं विभागून देत आहे. नंद्या, दादरपासून पार्ल्यापर्यंत कुठेतरी एखादा फ्लॅट शोधायला लाग, आणि जावई, तुम्ही पासपोर्ट का काय म्हणतात तो मिळवायच्या कामाला लागा. नंदा, हा चेक आज मिळालेला. रक्कम निमानिम वाटून घ्यायची. बाकी मालमत्तेचे कागदपत्र वकील दुपारी घेऊन येतील. (क्षणभर डोळे मिटतात.) खूप आनंद वाटतोय. मुलांनो, जे आमचं होतं ते आता तुमचं झालं आहे. आम्ही दोघंही आता तुमचे झालो आहोत. सर्वस्वी तुमचे. आम्ही काही दिवस नंदूकडे राहू. त्याच्या नव्या फ्लॅटवर. काही दिवस नलूकडे राहू. तिच्या टेकडीवरच्या बंगल्यावर.

नलू : (भारावून) अप्पा! मुंबईत नको, तुम्ही दोघांनी आमच्याकडे राहायला हवं कायमचं.

नंदा : (डोळे टिपत) शहाणीच आहेस! सणासुदीला येतील ते तुझ्या घरी. एरव्ही इथंच. माझ्याकडे.

अप्पा : (प्रेक्षकांकडे) पाहिलंत? बेलवलकर नट म्हणून संपला. आता फक्त बाप म्हणून उरला आहे. अशा प्रेमाच्या भांडणात गुरफटलेला. (मुलांकडे) पोरांनो, या सर्वांच्या मोबदल्यात आमची एकच मागणी आहे तुमच्याकडे.

नंदा : मागणी म्हणू नका, आज्ञा म्हणा.

अप्पा : मागणी ही की, तुम्हां दोघांच्याही घरात आम्हांला किमान दोन दोन नातवंडं मिळायला हवीत. त्यानंतर खुशाल देशाच्या लोकसंख्येची चिंता करा.

नलू :
शारदा : इश्श! काय हे!

कावेरी : आता जाऊ का मी? साऱ्या स्वयंपाकाचं विंदान होईल तिकडे.

अप्पा : थांब जरा. ही पोरं जाऊ दे.

कावेरी : म्हणजे काय?

अप्पा : पोरांनो तुम्हांला आपापली कामं आहेत ना? जा, नंदा. जावई तुम्हीही चला आता. नले, आई येईपर्यंत चुलीकडे लक्ष दे.

कावेरी : अहो, पण हे काय भलतंच? पोरं हसतायेत तुम्हांला!

अप्पा : हसू देत. प्रेम करायचा मक्ता काही तरुणांनाच दिलेला नाही. खाकरत, खोकत का होईना, पण आम्हांलाही जमतं ते. जा आता - हसा, कार्ट्यांनो, - पण जा -

[कावेरीशिवाय इतर सर्वजण हसत हसत आत जातात.]

कावेरी : काय हे अघटित वागणं! या वयाला शोभतं का आता हे?

अप्पा : हे पाहा कावेरी, व्याख्यानं देऊ नकोस. इकडे ये अशी —

कावेरी : अहो, पण काही काळवेळ —

अप्पा : (जोराने) इकडे ये!

कावेरी : (पुढे जाते) हं. काय ते?

अप्पा : (आविर्भावाने दर्शवीत) हा पाहा —

कावेरी : म्हणजे?

अप्पा : चंद्रहार आहे. तुझ्यासाठी आणला आहे. अगं, तिकडेच गेलो होतो समारंभ आटपल्याबरोबर. म्हणूनच उशीर झाला घरी यायला.

कावेरी : (आनंद झाकीत) मला कशाला दागिने हे आता? पोरांना द्यायचे ते.

अप्पा : पोरांना द्यायचं ते दिलंय. हे तुला.

कावेरी : आजपर्यंत मला काही दिलं नाही वाटतं?

अप्पा : मी दिलं नाही. ज्या जागेवर तू उभी होतीस त्या जागेनं दिलं. आज हे आयुष्यात पहिल्यांदा मी देतोय तुला. आज पहिल्यांदा मी तुझ्यासाठी बाजारात गेलो, कावेरी. सराफ ओळखीचा निघाला म्हणून बरं. नाहीतर पाच मिनिटांत माझा गाढव करून टाकला असता त्यानं.

कावेरी : अहो – पण – फार भारी किमतीचा दिसतोय हा!

अप्पा : केवढ्याचा असेल?

कावेरी : मला काय कळतंय? मिरची-कोथिंबिरीचे भाव समजतात मला. सांगा ना गडे —

अप्पा : दोन हजारांचा.

कावेरी : देवा रे! ही एवढी इस्टेट मी गळ्यात घालून बसू! लोक म्हणतील चळ लागला म्हातारीला.

अप्पा : म्हणू देत. घाल पाहू गळ्यात. थांब, नाहीतर मीच घालतो.

कावेरी : अहो नको! पोरं येतील इकडे.

अप्पा : येऊ दे. त्यांच्या बापाचं काही लागत नाही मी.

कावेरी : पण — मी म्हणते —

अप्पा : (ओरडतात) थांब! उभी राहा. (हार गळ्यात घालतात.) अहाहा! किती गोड दिसतेस!

कावेरी : (सुखाने कासावीस होऊन) बाई ग! कठीण आहे आता.

अप्पा : आवडला?

कावेरी : इश्श! सगळं बोलून दाखवायलाच हवं का?

अप्पा : नको, मला कळतंय ते. ठीक. आता जायला हरकत नाही. पण सरकार, माझी निरवानिरव तुम्हांला खरंच पसंत आहे ना?

कावेरी : पुन्हा आपलं येरे माझ्या मागल्या! अहो, आपलीच पोरं ती. पण —

अप्पा : पण काय?

कावेरी : मी म्हणते, आजच एवढी घाई कशाला करायला हवी होती? आणि माणसं वाईट नसली तरी म्हातारपण वाईट असतं. पुढचं वाढलेलं ताट द्यावं, पण बसायचा पाट देऊ नये माणसानं.

अप्पा : (गडगडून हसत खुर्चीवर बसतात.) वेडी! तुला काय वाटतं, ही पोरं आपल्याला रस्त्यावर काढतील? (हसतात.) काढू दे. पंढरपूरचे बाबा जव्हेरी माझ्या ओळखीचे आहेत. त्यांना सांगेन, आईबापांनी टाकलेल्या पोरांप्रमाणे पोरांनी टाकलेल्या आईबापांसाठी एक आश्रम काढा म्हणून.

कावेरी : आता तरी जाऊ का? (आत जाताना) तुमचं टॉनिक आणून देते.

अप्पा : अग, माणसाच्या प्रेमासारखं दुसरं टॉनिक नाही जगात. टॉनिकच्या समुद्रात आज पोहतो आहे मी. टॉनिक नको, फक्त एक कपभर चहा घेऊन ये फर्स्ट क्लास — तुझ्या हातचा — तुझ्या हातचा — तुझ्या हातचा — चहा —

[प्रकाश मंदावत जाऊन पूर्ण काळोख होतो. क्षणभर शांतता. नंतर –]

अप्पांचा चढता स्वर : (अंधारातूनच) चहा! माझा चहा! अरे, कोणीतरी माझा चहा घेऊन या! सरकार! शारदे - ठमे - आसाराम - घरात कोणी आहे की नाही! सरकार —

[प्रकाश येऊ लागतो. आता मागचा निळा पडदा दूर झालेला आहे. प्रकाशाची आभासात्मकताही आता ओसरून गेली आहे. रंगमंच स्मरणातून वास्तवात आलेला आहे.

अप्पा तसेच व त्याच खुर्चीवर बसलेले आहेत. वरीलप्रमाणे आरडाओरड करीत. सभोवार श्रीमंती फ्लॅटमधील एका सुसज्ज पण बेशिस्त खोलीचे दृश्य उकललेले आहे.

पूर्ण झळझळीत प्रकाशात–]

नोकर : (प्रवेश करून) हा घ्या चहा. (कप देतो.) बाईसाहेबांनी सांगितलंय असं ओरडायचं नाही, म्हणून!

अप्पा : (चहा घेत) नाही ओरडणार. पण सरकार —

नोकर : (खोलीत काही आवरतो.) मोठ्या बाई बाजारात गेल्या आहेत. (स्वत:शी पुटपुटतो) दरेक गोष्टीला बाबाला बाई लागते!

अप्पा : काय म्हणलास?

नोकर : काही नाही. चहा घेऊन टाका लौकर. आता साहेब हपिसातनं येतील, त्यांचं चहापाणी करायचंय मला.

अप्पा : (चहा घशात लोटीत) हो – हो – नंद्या यायची वेळ झाली. किती दिवसांत कार्टा दिसला नाही मला. तब्येत चांगली आहे ना त्याची?

नोकर : फस्ट क्लास आहे. द्या तो कप इकडे. (कप घेऊन जाऊ लागतो.)

अप्पा : आणि ठमी आली का रे?

नोकर : आताच आल्या आहेत ताईसाहेब.

अप्पा : तिला म्हणावं —

नोकर : हो, म्हणतो. पाठ आहे ते.

[आत निघून जातो.]

अप्पा : अजून बहिरा होत नाही मी. आंधळा व्हायला लागलो आहे, पण बहिरा होत नाही. सृष्टीची ही मेहेरबानी कानांना चिकटून बसली आहे, एखाद्या चिरंतन शापासारखी.

[आतून 'आजोबा', 'आजोबा' अशा लहान मुलीच्या आवाजातील हाका ऐकू येतात.]

अप्पा : आणि हा एक मधुर उ:शाप! माझी लाडकी ठमी–माझं अडगुलं, मडगुलं, माझं सोन्याचं कणगुलं — (काठीच्या आधाराने अर्धवट उठत) ये, लबाडे – ये, ये—

मुलगी : (दाराशी उभी राहून, रुसल्याच्या आविर्भावात) मी येणारच नाही जा! कध्धीच नाही येणार!

अप्पा : खट्याळमावशे, तू काय स्वतःला मानापमानातील भामिनी समजतेस का, येता येता येत नाही म्हणायला? पण का रुसली माझी छबडी?

मुलगी : उगीच!

अप्पा : (बसून) उगीच!

मुलगी : हो, उगीच. (धावत अप्पांजवळ येऊन त्यांच्या गळ्यात पडते.) कशी फजिती केली एका माणसाची!

अप्पा : अग भामटे!

मुलगी : आमच्या शाळेत किनई आजोबा, आज एक फार फार मज्जा झाली.

अप्पा : काय मजा झाली? मास्तरीण पळाली तुझी?

मुलगी : इश्श, असं काय बोलता हो? आमच्या बाईंना मास्तरीण नाही हं म्हणायचं. फार छान आहेत आमच्या बाई.

अप्पा : अग पण ठमे, मजा कसली झाली?

मुलगी : माझं नाव ठमी नाही.

अप्पा : मग यमी?

मुलगी : तेही नाही. तुमच्या कसं लक्षात राहात नाही? मी तुमच्या हातावर लिहून दाखवते हं.

  [तळहातावर बोटाने लिहिते.]

अप्पा : बरं बरं, सुहासिनी! ठीक, सुहासिनीबाई —

सुहास : (त्यांच्या छातीवर डोकं घुसळीत) नाही–नाही–तुम्ही आपलं मला ठमीच म्हणायचं. पण दुसऱ्या कुणाला सांगायचं नाही हं हे नाव!

अप्पा : नाही सांगणार. पण काय मजा झाली ते तर सांगशील?

सुहास : फार फार मोठ्ठी गंमत झाली. पण आधी आमचं एक ऐका. मग मी सांगेन.

अप्पा : काय ऐकू तुझं?

सुहास : सांगू? एकदा तुमचा तो नाटकातला मोठा आवाज काढून दाखवा. मला फार मजा वाटते तसं ऐकायला.

अप्पा : अग, पण मोठा आवाज काढायला तसा काही विषय तर पाहिजे! शिव्या देऊ तुला? तेवढी एकच गोष्ट चटकन आठवते मला. देऊ?

सुहास : द्या, खूप द्या.

अप्पा : पाहा बरं. मग आमची छबडी डोळे मोठे करील.

सुहास : नाही करणार, द्या.

अप्पा : मग आमचीही एक अट आहे. आधी तू आम्हांला शाळेतली गंमत सांग, मग मी तुला मोठा आवाज काढून दाखवीन.

सुहास : नाय–आधी तुम्ही!

अप्पा : नाही, नाही, नाही! आधी तू.

सुहास : बऽरं. सांगू?

अप्पा : हं.

सुहास : आज किनई एक पाहुणे आले होते आमच्या शाळेत. खूप मोठे होते कोणी तरी ते. मी कविता म्हणून दाखविली तेव्हा ते म्हणाले, तुझं नाव काय? मी म्हटलं–

अप्पा : ठमी.

सुहास : हं, मधे बोलायचं नाही. मी म्हटलं, माझं नाव सुहासिनी नंदन बेलवलकर. ते म्हणाले, कोण हे बेलवलकर? मी सांगितलं, आमच्या बाबांचे बाबा मोठे नट होते. अन् हे सांगितल्याबरोबर अशी गंमत झाली, आजोबा. ते एकदम उठले अन् म्हणाले, तू गणपतरावांची नात? मी म्हटलं, हो मी नात त्यांची. आणि मग आजोबा, ते किती वेळ तरी पाहातच उभे राहिले माझ्याकडे. अन् मग म्हणाले, भाग्यवान आहेस मुली तू. गणपतरावांना नमस्कार सांग माझा.

अप्पा : अग पण भवाने, कोण ते?

सुहास : सांगितलं ना, त्यांचं नाव मला आठवत नाही म्हणून! पण कुणीतरी फार मोठे आहेत ते. ते म्हणाले, तुझ्या आजोबांकडून मी लहानपणी संदेश घेतला होता, अजून जपून ठेवलाय तो. ते गेल्यावर सगळ्या मुलींनी पाठीवर थापट्या मारून मला भंडावून सोडलं. आहे की नाही मज्जा?

अप्पा : वा! फारच मोठी! पण तुझी मास्तरीण पळाली असती तर आपल्याला बुवा अधिक आवडलं असतं.

सुहास : (रागाने) शी:! पुन्हा तेच! (काही कल्पना मनात येते. एकदम उत्साहाने) आजोबा, मलाही संदेश द्या तुम्ही.

अप्पा : मी संदेश देऊ?

सुहास : हो. दिलाच पाहिजे!

अप्पा : अग, मी कोण आहे संदेश द्यायला? कृष्णाजी प्रभाकर आहे की राम

गणेश आहे? संदेश नाटककारांनी द्यायचा असतो कारटे, नटांनी नाही. आम्ही फक्त लमाण. इकडचा माल तिकडे नेऊन टाकणारे.

सुहास : मग त्यांना कसा दिला? ते खोटं बोलले वाटतं?

अप्पा : तेव्हा गाढव होतो मी. सध्यापेक्षाही जास्त. डोळ्याची देवळं करून कोणी शाळाकॉलेजातली पोरं समोर आली की देत असे खरडून एखादं घनघोर सुभाषित. सारा चोरीचा मामला. कर्ता खाडिलकरांचा तर क्रियापद गडकऱ्यांचं!

सुहास : मला नाही माहीत जा! मला संदेश दिलाच पाहिजे. लोकांना देता आणि आम्हांला तेवढा नाही.

अप्पा : अग नकटे, मला आता लिहिता येत नाही. हात सिमेंटच्या मिक्सरसारखा थडथड उडायला लागतो. क काढायला गेलो तर ख येईल, ड काढायला गेलो तर ढ येईल आणि तो उडी मारून तुझ्या डोक्यात शिरेल.

सुहास : मग लिहू नका. नुसता सांगा.

अप्पा : नुसता सांगू?

सुहास : हो. नाहीतर मी तुमच्याकडे पुन्हा कध्धी यायचीच नाही.आले तरी बोलायची नाही.

अप्पा : ए महामाये, अशा भलत्या जीवघेण्या धमक्या देऊ नकोस. तू आली नाहीस तर फटकन फुटून जाईन मी फुग्यासारखा. मग बसशील आरोळ्या मारीत — माझे आजोबा — माझे आजोबा — म्हणून!

सुहास : हं! असं बोलायचं नसतं. सांगा लौकर संदेश.

अप्पा : बरं ऐक. मात्र संदेश दिल्यावर मी मागेन ते द्यायला पाहिजे. कबूल?

सुहास : कबूल.

अप्पा : करार?

सुहास : (वचन देत) करार!

अप्पा : मग ऐक तर —

सूर म्हणतो साथ दे
दिवा म्हणतो वात दे
उन्हामधल्या म्हाताऱ्याला
फक्त तुझा हात दे.
आभाळ म्हणतं सावली दे
जमीन म्हणते पाणी दे

माळावरच्या म्हाताऱ्याला
फक्त तुझी गाणी दे.
कावळा म्हणतो पंख दे
चिमणी म्हणते खोपा दे
माझ्यासारख्या आजोबाला
फक्त तुझा पापा दे.

सुहास : (हसत दूर पळते.) नाही जा! मी नाही!

अप्पा : (उठतात) अग भामटे! दे-दे-

सुहास : (लांबून) आमचं सगळं कुठं ऐकलं तुम्ही? आधी मोठ्ठा आवाज काढून दाखवा.

अप्पा : नाही, आधी पापा-

सुहास : नाही, आधी आवाज-

अप्पा : थांब कारटे - (तिच्या मागे धावतात. दोघांची शिवाशिवी चालू होते. ती चालू असतानाच तार स्वरात) ढालगज - गधडी - मला फसवते - भामटी - चोरटी-

[दोघांची आरडाओरड, हसणे, किंचाळणे व धावपळ चालू असता शारदा अकस्मात आत येते. संतापाने फणफणलेली.]

शारदा : (ओरडते) खबरदार, माझ्या मुलीला अशा वेड्यावाकड्या शिव्या द्याल तर!

[अप्पा आणि सुहास जागच्या जागी थिजून उभी राहतात. सुहास एखाद्या भयभीत सशासारखी कोपऱ्यातून आईकडे पाहते. अप्पांची नजर गोंधळलेली आहे. काही लक्षातच येत नसल्याप्रमाणे.]

शारदा : माझी मुलगी काही रस्त्यावर पडली नाही, तिला चोरटी आणि भामटी म्हणायला!

अप्पा : (चाचरत) पण - सूनबाई मी -

शारदा : शंभरदा सांगितलंय तुम्हांला आजवर, कुणाशी बोलायचं असेल तर शुद्ध बोलत जा. अष्टौप्रहर अशी आरडाओरड आणि शिवीगाळ करायची नाही इथं!

सुहास : (रडकुंडीला येऊन) आई, नाही - नाही ग! ते शिव्या देत नव्हते मला, मीच सांगितलं होतं आजोबांना, मोठ्ठा आवाज काढून दाखवा म्हणून.

शारदा : बस झालं! तूही त्यांच्या नादानं वाभ्रट व्हायला लागली आहेस. तुला

कितीदा सांगितलं की या खोलीत यायचं नाही म्हणून! कशाला आलीस इथं तडफडायला?

सुहास : इथं यायचं नाही?

शारदा : नाही यायचं! बजावून सांगते, पुन्हा या खोलीत पाय टाकलास तर डाग देईन पायाला. मोठा आवाज काढायला सांगितला म्हणे. माझ्या डोक्याचे तुकडे व्हायला लागले आहेत तो आवाज ऐकून! डॉक्टरांनी सांगितलंय मला शांतपणानं विश्रांती घ्या म्हणून. हा शांतपणा आणि ही विश्रांती! घरात राहून वनवास झालाय. उठल्यासुटल्या सर्वांना शिव्या घालायच्या, थोडं बिनसलं, उशीर झाला की आरडाओरड करून घर डोक्यावर घ्यायचं, वेळी अवेळी नाटकातली भाषणं म्हणून कान किटवायचे! शिष्टाचार नाही, सौजन्य नाही, सभ्यता नाही. हे काय घर आहे की नाटकमंडळीतल्या उडाणटप्पू लोकांची धर्मशाळा आहे! आपण कोणत्या वस्तीत राहतो आहोत, अवतीभोवती कोणाची बिऱ्हाडं आहेत, आपल्या घराची जगातली प्रतिष्ठा काय आहे, कसलाही म्हणून विचार करायचा नाही! आता हे सारं असह्य झालंय मला. त्यांना आल्यावर सांगते, एक मला तरी घरात ठेवा नाहीतर यांना तरी!

सुहास : (रडत) आई, माझ्यावर रागव. मला मार हवं तर. पण माझ्या-माझ्या आजोबांवर रागावू नकोस, आई.

शारदा : मोठी आलीस मला शहाणपणा शिकवायला! तुलासुद्धा माझ्यापासून मुद्दाम दूर ओढली आहे त्यांनी.

अप्पा : (क्षीणपणाने) तुझ्यापासून दूर ओढली? मी —

शारदा : हो, तुम्ही! सगळी वळणं समजताहेत मला. चल ग — (सुहासला खसकन ओढते.) पुन्हा या खोलीत पाय तर टाक—

[शारदा सुहासला घेऊन जाते. ओढत, फरफटत. आत जाताना ती आजोबा, आजोबा म्हणून किंचाळते.

प्रकाश मंदावत जातो.

सुहासच्या किंकाळ्यांना निरनिराळ्या स्वरांचे धुमारे फुटतात आणि त्या कोलाहलातून, 'आजोबा-काका मला वाचवा-आजोबा, मला वाचवा - काका - मला वाचवा' - असे तीव्र आर्त शब्द चहूकडून आदळायला लागतात. हे आवाज असह्य होऊन अप्पा कानांवर हात ठेवतात आणि धडपडत, कोलमडत खुर्चीवर जाऊन बसतात.

सर्व आवाज एकदम बंद होतात. खुर्चीवरील प्रकाशझोताव्यतिरिक्त सर्वत्र काळोख दाटून येतो.

क्षणभरानंतर अप्पा एकदम दाराच्या दिशेकडे पाहतात –]

अप्पा : बरं झालं, त्यांनी त्या दिवाणखान्याचं दार बंद करून टाकलं! नारायणाच्या पोटात ती सुमेरसिंगाची तरवार शिरलेली पाहिल्याबरोबर माझ्या डोळ्यांनी माझ्यासमोर माझे सर्व पूर्वज उभे केले. ते दार बंद झालं, दृष्टी आड गारदी मारेकऱ्यांची सृष्टी गेली, लगेच माझं मन खंबीर झालं. ती मेली असली पाहिजे. मग — आजोबा — आजोबा — असे शब्द कोठून कानांवर येतात? माझं हृदय कठोर झालं आहे, माझ्या डोळ्यांतील दयेच्या पाझराचा शेवटचा बिंदू आटून गेला आहे. आजोबा — आजोबा — अरे, या बाजूलाही तेच शब्द ऐकू येतात. माझ्यापुढून कसा तोच आवाज ऐकू आला? काय, वरच्या सर्व देवता नारायणस्वरूपी होऊन, काका काका म्हणून मला हाक मारीत आहेत? या पृथ्वीच्या पोटातून तोच शब्द कसा येतो? अहो, कोणीतरी नटसम्राट गणपतराव बेलवलकर मरून गेला म्हणून द्वाही फिरवा. त्याच्या नावाने कर्णे फुंका, ताशे बडवा. त्याच्या अंत्ययात्रेतील जयजयकार या वाड्याभर, सर्व पुणे शहरभर, सर्व महाराष्ट्रभर एवढ्या मोठ्याने करा की, त्याच्या मेलेल्या कानाच्या किंटाळ्या बसून, आजोबा, आजोबा हे शब्द ऐकण्याची त्यांना शक्तीच राहू नये! (आवाज एकदम उतरवून)... माझ्याने हलवत नाही. मला तिच्याजवळ न्या. मोहने, माझ्या शेजारी उभं राहून लढण्याचा आपला हट्ट तू अखेरी चालविलासच अं!.... मोहने, काय धाडस हे!...

[डोळे मिटून खुर्चीच्या पाठीवर मान टाकतात. मंद संगीत. हलकेहलके प्रकाश वाढत जाऊन पूर्ववत पूर्ण प्रकाश पडतो. त्या प्रकाशात अप्पा खुर्चीवर डोळे मिटून बसलेले, एका कोपऱ्यात नंदा व शारदा आणि मागच्या भिंतीजवळ कावेरी, गोठलेल्या नजरेने समोर पाहत उभी असलेली, असे दृश्य दिसते. नंतर –]

नंदा : अप्पा, मी काय म्हणतो ते ऐकणार आहात का?

अप्पा : (डोळे उघडून, हलक्या स्वरात) हो हो, मी ऐकतो आहे.

शारदा : आत्ता पाच मिनिटांपूर्वी अचकटविचकट शिव्या देत होते बेबीला. आम्ही आल्याबरोबर डोळे मिटून घेतले. नेहमीचीच बतावणी आहे ही.

अप्पा : नाही, नाही, मी ऐकतो आहे, सूनबाई, मी ऐकतो आहे. काय सांगायचं आहे तुम्हांला?

नंदा : (खाकरून, धीर एकवटून) अप्पा, आम्हांला हेच सांगायचं आहे की माणसाच्या सहनशक्तीला मर्यादा असते.

अप्पा : होय, असते.

नंदा : हे सारं बोलताना माझ्या मनाला किती यातना होत आहेत याची तुम्हांला कल्पना नसेल, अप्पा.

अप्पा : आहे, मला कल्पना आहे.

नंदा : बारा वर्षांपूर्वी या फ्लॅटमध्ये आपण राहायला आलो, अप्पा. या बारा वर्षांतील प्रत्येक दिवस साक्ष देईल की, आम्ही तुम्हांला सांभाळण्याचा मनापासून प्रयत्न केला आहे. केव्हा आमचं चुकलं असेल, नाही असं नाही. पण तुम्हांला सांभाळणं, तुमची मर्जी राखणं, आपण मोठे झालो आहोत या गोष्टीकडे दुर्लक्ष करून लहानपणाच्या भावनेनं स्वतःच्या घरात वावरणं, ही तपश्चर्या आम्ही बारा वर्षं करीत आलो आहोत. मग अखेर हा अनुभव आला आहे की, गोल छिद्रामध्ये चौकोनी खुंटी ठोकता येत नाही! बसतच नाही ती!

अप्पा : ठीक आहे — सरकार, मला पाणी द्या प्यायला.

नंदा : मी देतो.

अप्पा : नको, सरकार देतील.
  [कावेरी कठपुतळीसारखी कोपऱ्यातील खुजातून पेलाभर पाणी घेते आणि अप्पांना देते.]

शारदा : हे आणखी एक. चारचौघांत असं दाखवायचं की, मुलं यांचं काहीच करीत नाहीत.

अप्पा : (किंचित हसून) तसं नाही, सूनबाई. चारचौघं संपले, हिशेब आता फक्त दोघांचाच राहिला आहे. पेले रिकामे होण्यापूर्वी परस्परांना पिऊन घेण्याची ही खटपट आहे, पण ते तुम्हांला कळायचं नाही. (पेला कावेरीच्या हातात देतात.) ठीक आहे, नंद्या, गोल छिद्रात चौकोनी खुंटी बसत नाही. मान्य आहे. याला उपाय एकच आहे—

नंदा : नाही, अप्पा मला तसं काहीही म्हणायचं नाही. माझ्यावरची जबाबदारी मी कधी टाळली नाही. कधीही टाळणार नाही —

अप्पा : (स्फोट होऊन) क्लोरोफॉर्म फार झाला, आता ऑपरेशन करून टाका!

(खालच्या स्वरात) काय म्हणणं आहे तुमचं?

नंदा : माझं काहीच म्हणणं नाही. काय घडलंय ते खरोखरी मला अजून नीट कळलेलं नाही —

अप्पा : (रोखून पाहत) तुमच्या तोंडातलं बोडलं कुठे आहे? हातातला खुळखुळा कुठे आहे? तुम्हांला काहीच कळत नाही! नंदाजीराव, एम. कॉम. तेजपाल कंपनीचे मॅनेजर, तुम्ही पाळणा सोडून असे रांगत बाहेर कशाला येता?

नंदा : अप्पा, माझ्या पत्नीनं तुमचा काही अपमान केला असेल तर — तर —

अप्पा : तर तू काहीही करू शकत नाहीस! अरे, तुमच्यासारखे नवरे म्हणजे बायकांनी कमरेला खोचलेले हातरुमाल! लव्हेंडर शिंपडलेले नुसते हातरुमाल. तुम्ही काय करणार! त्यांच्या कपाळावरचा घाम टिपा फक्त. हातरुमाल — (ओरडतो) हातरुमाल! सरकार! साधासुधा हातरुमाल नाही तो! मिसर देशातील एका मांत्रिकेनं तयार केला होता तो स्वत:च्या हातानं. माझ्या आईनं मरतेवेळी तो मला दिला आणि सांगितलं —

[अप्पा बोलता बोलता मागे खुर्चीवर रेलतात. कावेरी खुर्चीच्या पाठीशी येऊन उभी राहते.]

कावेरी : नंदा —

नंदा : तूही त्यांनाच साथ देत आहेस, आई. माझ्या बायकोनं कदाचित करू नये ते केलं असेल, एखादे वेळी बोलू नये ते बोलली असेल ती. पण तुम्हीही ओळखायला हवं की, माणसाची सहनशक्ती कोठे तरी संपून जाते. दोष तुमचा नसेल, तुमच्या वयाचाही असेल, पण घरात वागताना तुम्ही आपल्या मर्यादा सांभाळत नाही. आज स्पष्टपणानं सांगायची वेळ आली आहे.

अप्पा : माझ्या मर्यादा!

नंदा : होय, तुमच्या मर्यादा. तुमचा अधिकार कितीही मोठा असला तरी आम्ही राहतो ते घर आहे, सभ्य सुसंस्कृत वस्तीतील घर आहे, हे तुम्ही लक्षात घ्यायला हवं.

अप्पा : (क्षीण स्वरात) काय घडलं माझ्या हातून? तुमच्या सभ्यतेला आणि संस्कृतीला लांच्छन लागेल असं काय घडलं माझ्या हातून?

शारदा : मी सांगते काय घडलं ते.

नंदा : शरू, तू जरा वेळ गप्प राहा पाहू.

शारदा : का म्हणून गप्प राहीन मी? कमरेला खोचलेले हातरुमाल म्हणून तुमची नालस्ती करतात ते. तुम्हांला सहन होतं हे? असंच दिवसभर चाललेलं

असतं. साधं सरळ बोलणं कधी कानावर पडायचंच नाही. अहोरात्र कुणाच्या तरी मानेवर सारखी करवत चाललेली. हे आम्ही किती दिवस आणि का म्हणून सहन करायचं? केवळ हा वीस हजार रुपड्यांचा फ्लॅट तुम्ही आम्हांला घेऊन दिला म्हणून? त्यापेक्षा एखाद्या झोपडपट्टीत सुखानं राहीन मी! (हुंदका देते.)

नंदा : शरू — (पाठीवर हात ठेवतो.)

शारदा : हा भोग माझ्याच्यानं साहत नाही आता. तुमच्या मनाला त्रास होईल म्हणून सारं मुकाटपणानं गिळते आहे मी, गेली दहा वर्षं. सुखाची केवढी स्वप्नं चितारीत मी या घरात पाऊल टाकलं होतं! पण प्रत्येक दिवस निवडुंगावरून ओढल्यासारखा चाललाय. मनाला मोकळेपणा नाही, घरात शांतता नाही अन् संसाराला आकार नाही. काहीही मनासारखं करायचं म्हटलं की यांचं तिरपागडं मध्ये उभं राहतं. यांच्या वागण्यामुळे पाहुण्यारावळ्यांची रया राहात नाही. थोरामोठ्यांची माणसं बसायला आली तर कुठून आपण इथे आलो असं होऊन जातं त्यांना. सभ्य माणसांना आपल्या घराची धास्ती वाटायला लागली आहे; कशाकरता घर केलंत हे? यांच्या अरबट म्हातारपणाच्या भट्टीत आमच्या आयुष्याचा एकेक दिवस जाळण्यासाठी? शंभरदा मी सांगितलं असेल की, या खोलीच्या बाहेर पडू नका म्हणून. पण काहीतरी निमित्त काढून घरभर फिरतात आणि सगळ्या घराचा उकिरडा करून ठेवतात. ही काय नाटकी टोळभैरवांची धर्मशाळा आहे? यांच्या या वागण्याबोलण्यानं नोकरमाणसं टिकत नाहीत. कुणी उपसायचा हा पसारा? हो, करतात सासूबाई काम. पण वेंधळेपणानं एका कामातून दहा कामं उभी करून ठेवतात त्या. सकाळसंध्याकाळ गुलामासारखं राबायचं. सर्वांच्या तैनातीत राहून आदळआपट, शिवीगाळ माथ्यावर घ्यायची, स्वत:ची दुखणीखुपणी अंगातल्या अंगात जिरवायची. काय तुमच्या पगाराचा आणि ऐश्वर्याचा उपयोग? सगळं आयुष्य काट्याकुट्यातून फरफटत चाललं आहे. तुम्हांला याचं काहीच वाटत नाही. तुम्ही बाहेर असता. साता जन्मांचा दावा साधल्याप्रमाणे माझ्या पोटच्या पोरीला देखील माझ्यापासून दूर ओढताहेत ते. तिलाही आपल्या गावंढळपणाची अन् वाभ्रटपणाची दीक्षा घेऊन तिच्याही आयुष्याचा सत्यानाश करायला सजले आहेत! (रडू लागते.)

नंदा : असा संताप करून घ्यायचा नाही, शरू. तुझी तब्येत बरी नाही.

शारदा : मेले तर सुटेन या तापातून!

नंदा : (निर्धाराने) अप्पा, आई, तुम्ही या घरात सुखानं राहावं अशी माझी इच्छा आहे. शारदा रागाच्या भरात वेडंवाकडं बोलली असेल तर मी माफी मागतो त्याबद्दल. पण एक निक्षून सांगतो. शारदा या घराची मालकीण आहे. आजपर्यंत झालं ते झालं. पण यापुढे तिची तुमच्यासंबंधीची एकही तक्रार माझ्या कानांवर येता कामा नये. मला कळतं आहे की, आपली जगं वेगळी आहेत. आम्ही तरुण आहोत. तुमचं म्हातारपण झालं आहे. मुलगा म्हणून माझं कर्तव्य मी जाणतो. पण आपले चिखलाचे पाय आमच्या गालिच्यावर आणून आमचे संसार मलीन आणि अमंगल करण्याचा तुम्हांला अधिकार नाही. तुम्ही जमवून घेतलं पाहिजे. मी हजारदा तुमच्या पायांवर डोकं ठेवीन, अप्पा, पण माझ्या संसाराचा आणि शारदेचा बळी तुमच्या पायांवर देणार नाही. (थांबतो. नंतर घड्याळ पाहतो.) आसाराम - आसाराम -

[नोकर येतो.]

नंदा : आसाराम, शोफरला गाडी तयार ठेवायला सांग, आम्हांला तेजपाल-साहेबांकडे जायचं आहे. शरू, दहा मिनिटांच्या आत निघायला हवं आपल्याला. तू तयार हो. मी फोन करतो त्यांना. (जातो.)

शारदा : आलेच मी. आसाराम, यांच्या समोरच तुला बजावून ठेवते. आम्ही बाहेर गेल्यावर सुहासला या खोलीत येऊ द्यायचं नाही. हट्ट धरला तर कडी घाल दाराला. यात चुकायचं नाही.

नोकर : जी हां.

[शारदा आत जाते. आसारामही जमिनीवर पडलेले काही कागदाचे तुकडे गोळा करतो आणि जातो.

प्रकाश अंधूक होऊ लागतो.

सुन्न होऊन उभी असलेली कावेरी आत जात असतानाच स्टेजवर अंधार होतो. फक्त अप्पांच्या चेहऱ्यावरील प्रकाशझोत शिल्लक आहे. पार्श्वसंगीत.

त्यातून शब्द ऐकू येतात : 'आम्ही तरुण आहोत. आम्ही तरुण आहोत.' अप्पा जागे आल्याप्रमाणे मान उचलून डोळे उघडतात आणि या शब्दांच्या दिशेने नजर रोखून पाहतात.]

अप्पा :

हो — हो — हो
तुम्ही तरुण आहात

म्हणजे करता येतो फक्त संभोग
तुम्हांला माणसांच्या माद्यांशी.
पण तरुण आहेत कावळे
आणि तरुण आहेत गिधाडं
तरुण आहेत रस्त्यांवरची गाढवं
आणि डुकरंही
नरकातले सूक्ष्मदेही कीटकही
मैथुन करतात कीटकींशी
आणि कीटकांची जमात वाढवून
मरून जातात कीटकांसारखे.
या देहभोगाच्या आंधळ्या दलदलीतून
उठून उभा राहिला एक माणूस
तुमचा आमचा बाप,
त्यानं चिरून काढलं स्वत:चं शरीर
आणि आकाशातील नक्षत्रावर
त्या रक्ताचं शिंपण करीत,
साऱ्या पृथ्वीच्या नि:शब्दावर मात करीत
तो ओरडला : कुणी आहे का?
दशदिशांतून उत्तर आलं : मी आहे
आणि माझ्यातही तूच आहेस!
या आश्वासनाचा सोमरस पिऊन
सूर्याच्या चक्रावर त्यानं कातून काढलं
एक नवीन विश्व
ज्यात मर्कटांची झाली माणसं,
अक्षरांचे झाले मंत्र, स्वराचं झालं संगीत
आणि जनावरी जीवनाच्या खडकावर
उभं राहिलं एक विराट सुंदर देवालय
ज्यात माणसाला सापडला ईश्वर
आणि अनिकेत ईश्वराला सापडलं घर!
या बापाला विसरा, पण त्या बापाला
विसराल तर

पहाडापहाडामधे दडून बसलेली गिधाडं
फडशा पाडतील निमिषार्धात
तुमचाच नव्हे तर
साऱ्या माणसाच्या जातीचा!
माणसाच्या जातीचा...

[पार्श्वसंगीत. पुन्हा पूर्ववत प्रकाश. कावेरी एक ट्रंक आणि वळकटी
घेऊन अप्पांच्या खुर्चीजवळ उभी आहे.]

कावेरी : चलायचं म्हटलं.

अप्पा : चलायचं? कुठे?

कावेरी : या घराच्या बाहेर.

अप्पा : हे घर सोडून?

कावेरी : हो.

अप्पा : कुठे जाणार आपण, सरकार? मी असा लुळापांगळा झालोय.

कावेरी : माझ्यावर भरवसा नाही का?

अप्पा : तुमच्यावरच्या भरवशाशिवाय काय शिल्लक राहिलंय माझ्याजवळ? पण
कुठे नेणार आहात तुम्ही मला?

कावेरी : आपण नलूकडे जाऊ, राहीनगरला. पहाटेच्या गाडीनं.

अप्पा : आणि आजची रात्र?

कावेरी : स्टेशनवर काढू. कुठेही रस्त्यावर झाडाखाली राहू. पण इथं नाही. तुमचा
अपमान एखादे वेळी तुम्ही सहन कराल, पण मी नाही करायची.

अप्पा : पण सरकार, आपण असे कफल्लक. खिशात दमडी नाही माझ्या.

कावेरी : परवा नंदानं तुम्हांला पैसे द्यायचं नाकारलं तेव्हाच माझा चंद्रहार मी
मोडून आणला. एका ओळखीच्या माणसाकडून.

अप्पा : कुठला चंद्रहार?

कावेरी : सत्काराच्या दिवशी तुम्ही मला दिलेला. ज्या दिवशी तुम्ही मुलांना
सगळं दिलंत आणि मला चंद्रहार दिलात.

अप्पा : नलू — माझं लाडकं कोकरू — पण —

कावेरी : ती तशी नाही. मला खात्री आहे. मागच्या पत्रात तिनं अजिजीनं लिहिलं
होतं, तुम्हां दोघांचे पाय माझ्या बंगल्याला केव्हा लागतील याची वाट पाहते
आहे मी.

अप्पा : आपली पोरं चांगली आहेत, सरकार. आपलं म्हातारपण वाईट आहे.

कावेरी : ठीक आहे. मागे जाऊन आपल्याला तरुण होता येत नाही, आणि पुढे जाऊन मरता येत नाही. कोट हाच राहू द्या. ही टोपी घ्या आणि शालही खांद्यावर असू द्या —

[कावेरी टोपी व शाल देते. अप्पा काठी घेऊन उठतात.]

अप्पा : ठमीला — ठमीला एकदा पाहावंसं वाटतंय मला.

कावेरी : आपल्याला मनाई आहे तिला भेटायची. आसारामनं कोंडून ठेवलंय तिला. चला, कोणी यायच्या आत आपल्याला निघायला हवं.

अप्पा : ठीक. माझे हजार आशीर्वाद आहेत तुला पोरी. नंद्या, सूनबाई, तुम्हांलाही. सारीजण सुखात राहा... सुखात राहा...

[कावेरी सामान घेऊन पुढे होते. अप्पा काठी टेकीत जातात. दारापाशी गेल्यावर मागे वळतात व पुटपुटतात; 'ठमे–जातो हं मी — टाटा ठमे–' दोघेही बाहेर जातात.

पार्श्वसंगीत – प्रकाश कमी होतो. आतून सुहासचे किंचाळणे ऐकू येते: 'नाही, नाही आसाराम, खबरदार मला आडवलंस तर —']

सुहास : (धडपडत धावत रिकाम्या खोलीत येते, किंचाळते ––) मला आजोबांना भेटायचं आहे! आजोबा — आजोबा — आजोबा कुठे गेलात? मी तुमची ठमी तुम्हांला हाक मारते आहे! आजोबा —

[सैरावैरा धावते. शेवटी खिडकीच्या गजांना धरून हाक मारते. शब्द हुंदक्यात विरून जातात.]

पडदा

अंक दुसरा

प्रवेश पहिला

[फारशी रहदारी नसलेले एक छोटे रेल्वे स्टेशन. वेळ दुपारची.
तिसऱ्या वर्गाचे प्रतीक्षालय. तिकिटे काढण्याची जागा. समोरच्या बाजूस दगडी भिंतीत एक खिडकी आणि उजव्या कोपऱ्यात फलाटावर जाण्यासाठी कमान.
खिडकीजवळच्या दगडी बाकावर कावेरी बसली आहे. खिडकीतून बाहेर पाहण्याचा प्रयत्न करीत. शेजारी एक जुनाट पत्र्याची बॅग, वळकटी आणि पाण्याचा तांब्या.
बाहेर घंटा वाजते आणि नंतर गाडी गेल्याचा आवाज.
अप्पासाहेब कमानीतून बाहेर येतात. पुन्हा एकदा बाहेर डोकावून पाहतात. आत आल्यावर —]

अप्पा : गेली!

कावेरी : कुठली गाडी होती ती?

अप्पा : दिल्लीला जाणारी. सोळा अप.

कावेरी : सोळा काय?

अप्पा : सोळा अप. त्या हमालानं सांगितलं. तेव्हा ती सोळा अपच असली पाहिजे. (घड्याळ पाहतात.) तीन तेहतीसचा टाईम आहे तिचा. आता चार वाजून गेले. म्हणजे जवळ जवळ अर्धा तास लेट! आपण आलो ती गाडीही पंधरा मिनिटं लेट होती. टाइमटेबलं म्हणजे नुसत्या कादंबऱ्या झाल्या आहेत. पण (बाकावर बसतात.) कुणी आलं नाही ना?

कावेरी : कुणीही आलं नाही अन् गेलं नाही. पण असं फलाटावर जाऊन गाड्या पाहात उभं राहायचं कशाला? रात्री पाय दुखले तर मी चोळून देणार नाही, सांगून ठेवते.

अप्पा : सरकार, आपण असे स्टेशनावर अडकून पडलो ना, म्हणजे गाड्या पाहण्यात गंमत वाटते. आता गेलेली ती सोळा का सतरा अप काय दिमाखदार, जहांबाज गाडी. कायदा म्हणाल तर या भिकारड्या स्टेशनवर

थांबत नाही ती. पण भिकाऱ्यांचाही म्हणून काही कायदा असतो. या स्टेशनानं तांबडा सिग्नल रक्तबंबाळ हातासारखा पुढे केला अन् थांबवली तिला. रागावली, धुसफुसली, किंचाळली — पण शेवटी उभी राहिली, खाडखाड ब्रेक लावीत - मला वाटतं सरकार, कुणी येणारच नाही. आपण उगाच तिष्ठत बसलो आहोत.

कावेरी : असं कसं होईल? आपण दादरच्या स्टेशनावरनं तार केली होती.

अप्पा : सगळी गाडी पहिल्या वर्गाच्या हवाबंद डब्यांची. विहिरीतून बाहेर पडलेल्या नागिणीसारखी लखलख करणारी. सिग्नल खाली पडला मात्र. काळजातला सारा काळाकुट्ट संताप तिनं आकाशात उधळून दिला आणि एक कानफोड किंकाळी मारून धाडधाड धावायला लागली पुन्हा. काय म्हणाला तुम्ही?

कावेरी : मी म्हटलं, आपण तार केली होती —

अप्पा : अहो, तार माणसाच्या घरापर्यंत जाते. माणसाच्या मनापर्यंत जात नाही. घराची दारं उघडी आहेत, अन् मनाची बंद आहेत — शंभर तारा केल्या तरी काय उपयोग?

कावेरी : असं व्हायचं नाही. काही तरी गोंधळ झाला असला पाहिजे — तुम्हांला पाणी हवंय् ना? उगीचच उन्हामध्ये तापत उभे राहिलात. (उठते आणि तांब्यातील पाणी देते.) रात्री डोकं ठणकायला लागलं तर —

अप्पा : (हसत) दाबून देणार नाही. हे करणार नाही, ते करणार नाही, अन् सगळं काही केल्याशिवाय राहणार नाही. पृथ्वीच्या प्रारंभापासून बायकांचं ब्रीदवाक्य आहे हे. (पाणी पितात.) गोंधळबिंधळ काही नाही सरकार—

कावेरी : पण नलीनं किती काकुळतीनं लिहिलंय मागच्या पत्रात — आमच्याकडे या म्हणून. ते सगळं खोटं होतं?

अप्पा : आपलं कोकरू खोटं लिहिणार नाही, सरकार. पण दुनियेत खरं खोटं खरं असत नाही. खरी असते ती सोय आणि गैरसोय. बस, तेवढंच. सर्वांत चांगले पाहुणे तेच की जे कधीच पाहुणचार घेत नाहीत. येतो म्हणतात पण येत नाहीत. आपण यायला निघालो आणि आपलं कौतुक संपलं.

कावेरी : (तांब्या ठेवते) तुम्ही बसा इथे. मी बाहेर जाऊन पुन्हा पाहून येते. कार्टीला वेळ झाला नसेल. पण घरात खंडीभर नोकरमाणसं आहेत. कोणी तरी आल्याशिवाय राहणार नाही. पाहून येते मी. आणि हे पाहा, फलाटावर उन्हात जाऊ नका. बसून राहा सामानाजवळ.

अप्पा : मान्य आहे हुकूम, सरकार. सरकार, डोक्यावर पदर घ्या. उन्हानं डोकं दुखायला लागलं तर —

कावेरी : पुरे.

[डोक्यावर पदर घेऊन बाहेर जाऊ लागते.]

अप्पा : आणि सरकार —

कावेरी : आता काय?

अप्पा : तुमचं परवाचं फर्मान जरा बाजूला ठेवतो, आणि एक सिगरेट ओढतो. चालेल!

कावेरी : ओढा, पण फक्त एकच.

अप्पा : हो — हो — एका वेळी एकच.

[कावेरी जाते. अप्पा खिशातून पाकीट काढतात आणि सिगारेट पेटवतात. सिगारेटच्या धुराबरोबर प्रकाश मंदावत जाऊन अप्पा व मागची खिडकी याशिवाय सर्वत्र अंधार होतो. खिडकीत सुहासचा ऊर्फ ठमीचा चेहरा प्रकट होतो. ती हसत हसत हात पुढे करते आणि अप्पांच्या खांद्याला स्पर्श करते. अप्पा एकदम दचकून मागे वळतात आणि हातवारे करीत ओरडतात :]

अप्पा : भामटी! बिलंदर! ढालगज भवानी! पुन्हा असा खेळ करतेस माझ्याशी? मघाशी एकदा फसवलंस तेवढं पुरं झालं नाही का? — कारटे, तुला काही लाज वाटत नाही, आजोबाच्या जिवाशी असा खेळ करायला? कशाला येऊन उभी राहिली होतीस त्या सतरा अपच्या खिडकीमध्ये? उभी राहिलीस ती राहिलीस आणि वर मला हात हलवून बोलवायला लागलीस! मी आपला गाढवासारखा धावत सुटलो. सतरा अपच्या चाकाखाली आजोबा लडबडला असता म्हणजे बरं वाटलं असतं ना? बरं थांब, भवाने, एवढं रुसायला नको. आता आलीच आहेस तर या चॉकलेटच्या गोळ्या घेऊन जा. तुला आवडतात त्या. मी विसरलो नाही. (कोटाचे खिसे तपासतात.) एक अख्खं पाकीट आहे — कुठं गेलं ते?

[खिसे चाचपत असता पूर्ववत प्रकाश होतो. खिडकीतील ठमीचा चेहरा अदृश्य होऊन त्या ठिकाणी एका तिकीट-कलेक्टरचा चेहरा दिसू लागतो. तो हात पुढे करतो.]

अप्पा : मला वाटतं, पाकीट हरवलं.

ति. क. : मला तिकीट हवंय आजोबा, पाकीट नको आहे.

अप्पा : तिकीट? — हं हं तुम्ही तिकीट-कलेक्टर नाही का? म्हणजे तुम्हांला चॉकलेट चालायचं नाही?

ति. क. : आम्हांला तिकिटाशिवाय दुसरं काहीच चालत नाही. चॉकलेट तर मुळीच नाही!

अप्पा : (खिसे शोधीत) - हो - पण हरवलेलं दिसतंय. - नाही - सापडलं — एक अन् हे दुसरं. (तिकीट देतात.)

ति. क. : (तिकिटे पाहत) म्हणजे तुम्ही आला आहात. मला वाटलं, तुम्हांला जायचं आहे.

अप्पा : जायचंही आहे. पण त्याचं तिकीट अजून काढलेलं नाही. ही गर्दी खिडकीवर—

एक हमाल : (खिडकीजवळ येऊन) हाच तो म्हातारा साहेब! मला अगूदर इचारलं ही गाडी कोणती? मी म्हनलं सतरा अप-दिल्लीला जानारी. बाबा गाडीकडे पाहात रायला अन् गाडी चालू झाल्यावर एका पोरीकडे पाहात असा येड्यासारखा धावायला लागला! मी म्होरं उडी घालून धरला म्हनून बरं. नाय तर गेला असता खाली रुळावर. खडसावा त्याला चांगला. (जातो.)

ति. क. : म्हातारेबुवा, बायकापोरं कोणी शिल्लक नाहीत का?

अप्पा : आहेत की, सारे आहेत.

ति. क. : मग जिवावर उदार का झालात इतके? गाडीमागे धावलात कशासाठी?

अप्पा : हं — हं — ती गलफत झाली आमची! आमची ठमी आहे ना? नंद्याची कारटी हो — जाऊ द्या, तुम्हांला काय माहीत असणार? इन्स्पेक्टरसाहेब, ते हे — काय नाव त्याचं — ते धरणाचं गाव किती दूर आहे इथून?

ति. क. : राहीनगर?

अप्पा : तेच. आमची पोरगी आहे तिथं, म्हणजे जावई आहेत. काय त्यांचं आडनाव नेहमी विसरतो — काही तरी सर्कसवाल्याचं नाव आहे. देवल - छत्रे–

ति. क. : कार्लेकर? सुधाकर कार्लेकर?

अप्पा : तोच — आमचा जावई.

ति. क. : ते तर बडे इंजिनिअर आहेत. माफ करा हं आजोबा, पण त्यांनी गाडी कशी पाठवली नाही? राहीनगर इथून बारातेरा मैल आहे. एस.टी.सुद्धा मघाच निघून गेली. तिनं का नाही गेलात तुम्ही?

अप्पा : आम्ही वाट पाहत होतो.

ति. क. : ठीक आहे. तुम्ही बसा इथेच, आजोबा, मी फोन करतो राहीच्या ऑफिसमध्ये. काहीतरी घोटाळा झाला असला पाहिजे.

[कावेरी आणि विठोबा आत येतात.]

विठोबा : घोटाळा म्हणजे काय? प्रचंड घोटाळा. भावबंधनात म्हटल्याप्रमाणे पेशवाईच्या अखेरी त्र्यंबकजी डेंगळ्यानं माजवला नसेल इतका घोटाळा आज एका टांगेवाल्यानं आणि त्याच्या घोड्यानं माजवला. अप्पासाहेब, नमस्कार करतो. (पायाला हात लावतो.) माझं नाव विठोबा.

अप्पा : शतायुषी हो. नावाला जागलास बाबा आम्हांला ताटकळत ठेवून.

ति. क. : विठोबा, तुम्ही कार्लेकरसाहेबांकडेच असता ना?

विठोबा : हो, साहेब.

ति. क. : ठीक आहे. सांभाळून न्या त्यांना. बरंय आजोबा, नमस्कार.

अप्पा : नमस्कार. (ति.क. जातो.) सरकार, हा भक्तवत्सल पंढरीनाथ कुठे पावला अखेरी?

कावेरी : हॉटेलापाशी चहा घेत उभा होता.

विठोबा : साहेब, बाईंना आज साहेबांबरोबर कचेरीत जायला हवं होतं. कोणी परदेशी पाहुणे धरणाचं बांधकाम पाहायला आले आहेत. म्हणून बाईंनी मला जीप घेऊन स्टेशनवर यायला सांगितलं. पण ऐनवेळी जीप नादुरुस्त झाली. मग मी एक टांगा ठरवला. त्यानं निघायलाच पंधरा मिनिटं उशीर केला. मैलभर आलो तर एक चाक निसटायला लागलं. त्याची दुरुस्ती करून पुढे आलो तर घोड्यानं सत्याग्रह पुकारला. अर्धा तास गेला. मन बेचैन झालं. मुंग्यांनी मेरूपर्वत तर गिळला नाही ना — अशी दारुण शंका मनात डोकावून गेली पण म्हटलं, नाही–असा कोणताही सिंहगड नाही की ज्यावर घोरपड लावायला द्रोणागिरीचा कडा नाही. हा द्रोणागिरी एका बैलगाडीच्या रूपानं समोर आला. गाडीत बसलो आणि इथपर्यंत आलो. त्या गाडीवाल्याला चहा पाजीत होतो, साहेब.

अप्पा : शाबास! महासागरातल्या अस्मानी–सुलतानीशी झगडणारा कोलंबसही तुझ्यापुढे शरमिंदा होईल. पण शूर पुरुषा, मला एक सांग, तू कोणत्या नाटक कंपनीत होतास?

विठोबा : (नमस्कार करीत) नटाला नटाची ओळख पटते. मी प्रथम महाराष्ट्रात होतो, साहेब.

अप्पा : कोणत्या खात्यात?

विठोबा : होतो स्वयंपाकखात्यातच, पण अधूनमधून नाटकात कामंही करीत होतो. पुढं बलवंतात होतो. आणि शेवटी कंपन्या मोडल्या तेव्हा तर श्रीकपालेश्वर कंपनीत हीरो म्हणून काम करीत होतो. आता राहीनगरचे साहेबलोक हॅम्लेट नाटक करताहेत-स्पर्धेसाठी. त्यात भुताचं म्हणजे हॅम्लेटच्या मेलेल्या बापाचं काम मी करतो आहे.

अप्पा : वा! कास्टिंग तर उत्तम झालं आहे. पण त्रस्त समंधा, आपण आता घरापर्यंत कसे जाणार? या प्रदेशातली सारी वाहतूक-व्यवस्था कोलमडलेली दिसते. (बाहेर मोटारचा हॉर्न वाजतो.) नाही. अद्याप एक वाहन आसमंतात शिल्लक दिसते. (हॉर्नचे आवाज.)

विठोबा : हा-हा- आपल्या घरच्या गाडीचा आवाज! साहेब-बाईसाहेब-कुणी तरी आलेलं दिसतं. मी बघतो.

> [बाहेर जाऊ लागतो. तेवढ्यात नलू आणि सुधाकर घाईघाईने आत येतात. अप्पा आणि कावेरी उठून पुढे होतात. नलू जवळ जवळ धावत येऊन कावेरीला मिठी मारते.]

नलू : आई! (नंतर अप्पांकडे वळून) अप्पा — एक्सक्यूज मी — (वाकून नमस्कार करते.)

अप्पा : ठीक आहे —— अगं चिमणीच्या पिल्लानं आधी घरट्यात शिरून चिऊताईचीच भेट घ्यायला हवी. मग फांदीवर बसलेला चिऊबाबा — सुखी राहा बेटा — नले, इतकी वाळलीस कशानं?

नलू : इश्श! (पदराने डोळे पुसते.)

अप्पा : आजारी होतीस का कारटे?

नलू : नाही, अप्पा, आमचं गुपित आहे ते. अहो, सांगायचं नाही हं. अप्पा मूर्खात काढतील मला!

अप्पा : नले, कंपनीच्या बिऱ्हाडी एका बाजेवर डोळे उघडून तू माझ्याकडे पाहिलंस तेव्हाच मी हा तर्क केला होता. आता जुनं झालंय ते. — जावई. तुम्हीच जावई ना? पाचसहा वर्षांत पाहिलं नाही.

सुधाकर : हो, अप्पासाहेब (नमस्कार करतो.)

अप्पा : अरे, चार लोकांत माझा असा खेळखंडोबा करू नका. — पण काय झालं माझ्या बकरीला?

सुधाकर : तुमची बकरी हल्ली डाएटिंगवर आहे, अप्पासाहेब. पाला खाऊनच राहते असं म्हणायला हरकत नाही.

नलू : अप्पा, इथं या गोष्टी कशाला? विठोबा, सगळं सामान गाडीत नेऊन ठेव.
गाडी पलीकडे पेट्रोल घ्यायला गेली आहे. परत आली की शंकरला म्हणावं
हॉर्न दे. जा.

अप्पा : दीड तास आम्हांला इथं ताटकळत ठेवलंस, आणि आता ही घाई!

सुधाकर : माफ करा, अप्पासाहेब पण..

नलू : आई, अप्पा, तुमची तार सकाळी दहा वाजता मिळाली आम्हांला.
पाठोपाठ नंदूची तार, सुखरूप पोचल्याचं कळवा म्हणून. पण आमची एक
एंगेजमेंट आधीच ठरली होती. रशियन तज्ज्ञ आले आहेत — त्यांना चहा
होता. तरी आम्ही लौकर पळालो तिथून — अरे घेऊन जा ना सामान! —
[विठोबा जातो.] घरी आलो तर जीपचा अन् टांग्याचा गोंधळ समजला. बरं,
हा विठोबा इतका अजागळ की ताबडतोब फोन करून आम्हांला रेस्ट
हाऊसवर कळवायचंही सुचलं नाही त्याला!

अप्पा : नट आहे तो! कलावंतांचं डोकं रानडुकरासारखं एका वेळी एकाच दिशेनं
जाऊ शकतं.

नलू : म्हणजे सगळं नाटकाचं पुराण सांगितलं वाटतं त्यानं?

अप्पा : तुमच्या हॅम्लेट नाटकापर्यंत सारं काही. तू काम करते आहेस?

नलू : मी नाही करीत, पण यांचे बॉस आहेत ना? त्यांना फार नाटकाचा नाद.
त्यांच्या मिसेसलाही. ते बसवताहेत. खूप खटपट करताहेत. पहिल्या
प्रयोगाला अप्पा, तुम्ही यायला हवं हं.

अप्पा : यायला हवं? कुठून?

नलू : मुंबईहून.

अप्पा : मुंबईहून कुठून?

नलू : इश्श! असं काय बोलता! नंदूला देखील बोलावून घेणार आहे मी तेव्हा.

अप्पा : मी आता नंदूकडे जाणार नाही.

नलू : पण तारेत म्हटलं आहे, पाच-सात दिवसांनी पाठवून द्या म्हणून.

अप्पा : तरीही नाही.

नलू : मग?

अप्पा : इथंच राहणार आहोत आम्ही, कायमचे.

नलू : कायमचे?

अप्पा : चिंता करू नकोस. म्हणजे जिवंत आहे तोपर्यंत.

नलू : अप्पा! मी चिंता करीन?

अप्पा : कुणास ठाऊक! तुझ्या चेहऱ्यावर दिसली ती.

नलू : नाही—नंदू काय म्हणेल याची भीती वाटली मला.

अप्पा : तो काहीही म्हणणार नाही. जावई, तुमचं घर मोठं आहे ना?

सुधाकर : भरपूर मोठं आहे.

अप्पा : आणि पोरं?

सुधाकर : पोरं दोघंच आहेत. पण ती कॉन्व्हेंटमध्ये असतात लोणावळ्याला.

अप्पा : म्हणजे घर नाही. नुसत्याच भिंती आहेत.

नलू : अप्पा, आमचा विठोबा दहा पोरांच्या ठिकाणी आहे. अहो, या बोलण्याच्या धांदलीत हार राहिलाच की! याच पिशवीत आहे ना?

सुधाकर : हो, अलगद सांभाळून आणलाय मी.

    [नलू हार काढते आणि अप्पांच्या गळ्यात घालते. हार घालताना—]

नलू : अप्पा, घरातल्या फुलांचा हार आहे. माझ्या हातानं केलेला.

अप्पा : अगं पण — हे स्टेशनावर —

नलू : तुमच्या लक्षात नसेल अप्पा, पण आज तुमचा वाढदिवस आहे. आई, तुझ्यासाठी गजरे करून ठेवले आहेत मी.

कावेरी : वेडे, मी आता गजरे घालू?

अप्पा : आज गजरे, उद्या पाचवारी पातळ, परवा बिनबाह्यांचं पोलकं. सरकार, तुमची धडगत नाही या कारटीच्या घरामध्ये.

नलू : आपल्या घरामध्ये म्हणा. अप्पा, तुमचा मघाशी गैरसमज झाला. तुम्ही इथं राहणार, कायमचे राहणार याचं खरंच मला फार फार समाधान वाटतंय. जे आमचं आहे ते सगळं तुमचंच आहे असं मानायचं. (डोळे टिपते.) हॉर्न वाजतोय. गाडी पंपावरून आलेली दिसते. चला अप्पा, चल आई. अप्पा, आपली कोरी फियाट आहे. मी चालवायला शिकले आहे. आता मीच चालवीन गाडी — बघा तुमची बकरी किती धीट झाली आहे. (जात असताना) अप्पा, तुम्हांला हात देऊ?

अप्पा : दे, दे.

    सूर म्हणतो साथ दे

    दिवा म्हणतो वात दे

    उन्हामधल्या म्हाताऱ्याला

    फक्त तुझा हात दे.

    [सर्वजण हसतात. हसत हसत बाहेर जातात.]

अंक दुसरा

प्रवेश दुसरा

[नलू–सुधाकराच्या बंगल्यातील बाहेरचा दिवाणखाना. आधुनिक पद्धतीने शृंगारलेला.

विठोबा दिवाणखान्यात एकटाच असून हॅम्लेटमधील आपल्या प्रवेशाची तालीम करीत आहे. हातात नक्कल घेऊन तो खोलीत गोल फेऱ्या मारतो आणि अधूनमधून उभा राहून काही वाक्ये म्हणतो. टेलिफोनची घंटा वाजते. एकदोनदा दुर्लक्ष करून तो रिसीव्हर उचलतो.]

विठोबा : हॅलो — कार्लेकरसाहेबांचा बंगला — मी हॅम्लेटच्या बापाचं भूत बोलतो आहे — माफ करा — मी विठोबा बोलतो आहे.

फोनमधून : विठोबा, शुद्धीवर आहेस का तू?

विठोबा : बाईसाहेब?

फोनमधून : हो, मीच बोलते आहे. हे बघ, आम्ही इथे क्लबमध्ये आहोत. आता मोठ्या साहेबांचा, कळवणकरांचा फोन आला होता. ऐकतोस ना?

विठोबा : होय बाईसाहेब.

फोनमधून : ते बाईंना घेऊन आपल्याकडे यायला निघाले आहेत. दहापंधरा मिनिटांत येतील.

विठोबा : ठीक आहे, बाईसाहेब.

फोनमधून : त्यांना अप्पांना भेटायचंय्. ते आहेत ना घरी?

विठोबा : आहेत — नाही — जवळपास कुठं गेले आहेत. आता येतील.

फोनमधून : त्यांना थांबायला सांग, आणि आईला संध्याकाळचं औषध दिलंस का?

विठोबा : हो दिलं, बाईसाहेब.

फोनमधून : अजिबात हालचाल करायची नाही म्हणून डॉक्टरांनी सांगितलंय्. काय हवं–नको तू विचार तिला.

विठोबा : हो बाईसाहेब.

फोनमधून : अन् हे बघ, बाहेरचा हॉल व्यवस्थित आवरून ठेव. अप्पांनी केरकचरा करून ठेवला असेल बहुतेक.

विठोबा : साफ केला आहे, बाईसाहेब.

फोनमधून : आणि कपाटात सरबताच्या बाटल्या आहेत ना? त्यांतल्या तीनचार फ्रीजमध्ये ठेवून दे. आम्ही येतोच आहोत शक्यतो लौकर.

विठोबा : ठीक आहे, बाईसाहेब.

[फोन बंद होतो. विठोबा पुन्हा खोलीच्या मध्यावर येऊन समंधाची पोज घेतो आणि वेगवेगळ्या स्वरांत म्हणतो :]

विठोबा : शपथ वाहा...

शपथ वाहा...

शपथ वाहा...

अप्पा : (आत येऊन, साभिनय) त्रस्त समंधा! शांत राहा!

[अप्पांच्या हातात एक मोठा तेलकट कागदाचा पुडा आहे. क्षणभर दोघेजण एकमेकांकडे डोळे रोखून पाहतात.]

विठोबा : (भानावर येऊन) वाहवा! गणपतराव बेलवलकर! थेट गणपतराव बेलवलकर – तीस वर्षांपूर्वीचे!

अप्पा : (खाली पडलेली काठी उचलीत) गाढवा, असं दांडगाई करून मला अकस्मात भूतकाळात रेटायचं नाही. सांगून ठेवतो. परत बाहेर यायला त्रास होतो. आणि मूर्खा, जिवंतपणी समंध व्हायची अवदसा तुला का आठवली?

विठोबा : अप्पासाहेब, आपण विसरलात, मी — मी हॅम्लेटमध्ये समंधाचं काम करतो आहे. त्याची जरा तालीम करीत होतो.

अप्पा : (हसून) हो — हो ते विसरलोच होतो मी. ठीक आहे, चालू दे तुझी तालीम. (आत जाऊ लागतात.)

विठोबा : नाही — अप्पासाहेब, पण हे काम कसं करायचं — हे जरा —

अप्पा : अरे, सत्तरी उलटलेला कोणताही म्हातारा नजरेसमोर आण. वय झालेली म्हातारी माणसं म्हणजे पिशाचंच असतात. तिकडच्या हाऊसिंग कॉलनीत नंबर लागत नाही म्हणून इकडे वावरत असतात इतकंच. कर तालीम —

विठोबा : नाही — अप्पासाहेब, एक डिफिकल्टी आहे मला — समंध म्हणतो–

अप्पा : (मागे वळून थांबतात) काय म्हणतो—

विठोबा : (पवित्रा घेत) पहिल्या अंकातल्या पाचव्या प्रवेशात समंध म्हणतो, त्या व्यभिचारी हलकट जनावरानं फसव्या शब्दांनी आणि कुटिल डावांनी माझ्या सत्त्वशील राणीला जारकर्माला प्रवृत्त केलं. चंद्रसेना, असं नीच कर्म तिच्याकडून घडलं तरी कसं? तर अप्पासाहेब, या शेवटच्या वाक्यात जोर

कोणत्या शब्दावर द्यायचा? नीचवर, तिच्यावर का घडलंवर? डायरेक्टर म्हणतात नीचवर, मी म्हणतो तिच्यावर किंवा घडलंवर. आता आपणच सांगा, कोणत्या शब्दावर जोर देऊ ते.

अप्पा : प्रत्येकावर देऊन पाहा. जो मोडेल तो सोडायचा. जो टिकेल तो धरायचा. आणि अखेरी तोच धरावा लागतो. कारण इतर सगळे मोडलेले असतात.

विठोबा : लक्षात नाही आलं.

अप्पा : नाही यायचं. जरा मनन कर. ही भजी आता थंड होतील. त्या रामय्यानं ताजी काढून दिली होती.

विठोबा : साहेब, रागावू नका; पण आपण बाहेरून असं काही आणता हे बाईसाहेबांना आवडत नाही.

अप्पा : नाही आवडणार. त्याही गोष्टीचं मनन कर. कोणताही जटिल प्रश्न उभा राहिला की माणसानं मनन करावं. म्हणजे वेळ निघून जातो आणि मग उत्तरही द्यावं लागत नाही. बरं — या भज्यांच्या गारगोट्या होण्यापूर्वी ती सरकारला द्यायला हवीत आणि ही तुला घे —

विठोबा : नको साहेब —

अप्पा : अरे घे. मनन करायला चांगली असतात.

विठोबा : तसं नाही साहेब. मला उपास आहे आज.

अप्पा : ठीक आहे. मग तालीम चालू ठेव.

विठोबा : आणि अप्पासाहेब, मोठे साहेब आपल्याला भेटायला येणार आहेत आता, नाटकासंबंधी बोलायला.

अप्पा : येऊ दे. त्यांना पुरून उरतील इतकी भजी दिली आहेत, रामय्यानं. भवानीविलास हॉटेल. भवानीनं विलास केल्याचं याच्या काकानं कधी ऐकलं होतं का? पण भजी चांगली करतो. सरकार —

[अप्पा आत जातात. विठोबा पुन्हा तालमीचा पवित्रा घेतो.]

विठोबा : चंद्रसेना, असं नीच कर्म — [टेलिफोन वाजतो. रिसीव्हर उचलतो.]

विठोबा : चंद्रसेना – हॅलो –

फोनमधून : विठोबा, आज भांग जास्त घेतलीस का?

विठोबा : नाही, बाईसाहेब.

फोनमधून : मोठे साहेब आले नाहीत ना अजून?

विठोबा : नाही, बाईसाहेब.

फोनमधून : अप्पा?

विठोबा : आले आहेत.

फोनमधून : त्यांना थांबायला सांगितलंस ना?

विठोबा : हो, बाईसाहेब.

फोनमधून : मीटिंग संपत आली आहे. आम्ही निघतोच आहो. आणि सरबताच्या बाटल्या फ्रीजमध्ये ठेवल्यास ना?

विठोबा : (घाबरून) फ्रीजमध्ये?

फोनमधून : मघाशी काय सांगितलं होतं तुला?

विठोबा : हो, हो, ठेवल्या.

फोनमधून : वेंधळा! (फोन बंद करते.)

विठोबा : (धावपळ करीत जाताना) फ्रीजमध्ये सरबताच्या बाटल्या - चंद्रसेना असं नीच कर्म - फ्रीजमध्ये - तिच्याकडून घडलं तरी कसं —

[विठोबा आत गेल्यावर क्षणभराने दारावरची बेल वाजते. पुन्हा दोनदा वाजते. आतल्या दारातून अप्पा भज्यांचा पुडा हातात घेऊन बाहेर येतात.]

अप्पा : (दाराकडे जात) आलो - आलो.

[अप्पा दार उघडतात. थोरले साहेब कळवणकर आणि त्यांची पत्नी आत येतात. दोघेही अप्पांना नमस्कार करतात.]

कळवणकर : अजून कार्लेकर आले नाहीत ना?

अप्पा : नाही. मला वाटतं —

कळवणकर : क्लबातून ते येतील एवढ्यात. खरं म्हणजे आपल्यालाच भेटायचं होतं.

अप्पा : हो - बसा असे.

कळवणकर : ही माझी पत्नी. मिसेस कळवणकर. ही माल्लिकेचं काम करते. मी चंद्रसेनाचं. नाटक डायरेक्टही मीच करतो.

अप्पा : हो, परवा पाहिलं मी. [विठोबा डोकावतो.] अरे विठोबा, तुझ्या साहेबांचे साहेब आले आहेत, गाढवा. शिवाय तुझे डायरेक्टर. काही चहा वगैरे आणशील की नाही?

कळवणकर : नको, अप्पासाहेब. होस्ट आल्यावर नंतर घेऊ. तू जा विठोबा.

विठोबा : हो साहेब. [जातो.]

कळवणकर : परवाची तालीम आपल्याला कशी वाटली, अप्पासाहेब? पण आधी एक सांगतो. माझी नोकरी इंजिनियरची, पण नाद नाटकाचा. आम्ही

दोघंही मुंबईला असताना आर्ट थिएटरमध्ये काम करीत होतो. गेल्या सालच्या स्पर्धेमध्ये हिला बक्षीस मिळालं होतं — फिमेल रोलचं, अन् मला डायरेक्शनचं.

अप्पा : अरे वा!

कळवणकर : हॅम्लेटची मोठी जबाबदारी यंदा घेतली आहे.

सौ. कळवणकर : यांनी पूर्वी हॅम्लेटचा रोल केला होता.

कळवणकर : हो, पण तो इंग्लिश प्रयोगात. मी हे नाटक, अप्पासाहेब, अगदी वेगळ्या तंत्रानं बसवणार आहे, अजिबात नवीन ट्रीटमेंट देणार आहे. शेक्सपियरची नाटकं पूर्वी आपल्याकडे झाली आहेत. पण खरा शेक्सपियर कोणाला कळला होता असं वाटत नाही मला.

अप्पा : हो हो, खरं आहे आपण म्हणता ते. कळायला कठीणच आहे तो.

कळवणकर : दोन दिवस आपण तालमी पाहिल्यात. पण आपण लौकर निघून आलात, त्यामुळे बोलणं झालं नाही. एकूण काय इंप्रेशन झालं आपलं?

अप्पा : वा वा! छान चाललंय. उत्तम.

कळवणकर : आपण पूर्वी हॅम्लेट करीत होता?

अप्पा : करीत होतो.

कळवणकर : आपल्या काही सूचना असल्यास —

अप्पा : नाही, नाही. काही नाही. म्हणजे मला वाटतं साहेब, की गंगेनं कसं वाहावं हे ब्रह्मपुत्रेनं सांगू नये आणि ब्रह्मपुत्रेनं कसं वाहावं हे गंगेनंही सांगू नये. एकाच पर्वतातून निघतात आणि एकाच समुद्राला मिळतात. पण दोघींच्या वाटा वेगळ्या, दोघींचे स्वभाव वेगळे. कोणी कुणाला सूचना करू नये.

सौ. कळवणकर : इश्श! असं कसं म्हणता? हे नाटक सरकारी स्पर्धेला देणार आहोत आम्ही. अगदी टॉप प्रयोग व्हायला हवा.

अप्पा : होईल, होईल. आपण ही थोडी भजी घेता का?

कळवणकर : भजी?

अप्पा : भवानीविलास हॉटेलचा रामय्या आहे ना? त्यानं करून दिली आहेत.

सौ. कळवणकर : रामय्या! इश्श. कसलं घाणेरडं दुकान ते. मेला वर्षातून एकदा तरी अंघोळ करतो की नाही कुणास ठाऊक!

अप्पा : मलाही नक्की ठाऊक नाही. पण भजी करतो, आणि चांगली करतो हे नक्की. जरा (पुडा पुढे करतात.) —

कळवणकर : थँक यू. नको आम्हांला. मला वाटतं, अप्पासाहेब, आमची रिहर्सल तुम्हांला विशेष आवडली नाही.

अप्पा : नाही — तसं नाही. पण —

सौ. कळवणकर : आमचं नवीन स्टेजक्राफ्ट तुम्हांला समजलं नसेल.

अप्पा : (उसळून) तुमचं स्टेजक्राफ्ट! (स्वत:ला आवरून) माफ करा हं. त्या गधड्यानं एका भज्यात मिरची घातलेली दिसते. नाही, आपलं स्टेजक्राफ्ट वगैरे चांगलं आहे. तक्रार एकच आहे की, पात्रांची भाषणं लक्षात येत नाहीत. कोणी पुटपुटतो. कोणी गुणगुणतो, कोणी कुजबुजतो, कोणी नुसताच फसफसतो. सातआठशे लोकांना खडान्‌खडा ऐकू येईल, समजेल असं कोणीच बोलत नाही.

कळवणकर : हा नव्याजुन्यातला फरक आहे, अप्पासाहेब. मी सगळं नाटक मुद्दाम सब्‌ड्यूड टोनमध्ये घेतलं आहे. आय डोंट बिलीव्ह इन शाउटिंग. मला नाटक जुनाट पद्धतीचं मेलोड्रॅमॅटिक व्हायला नको आहे.

अप्पा : बरोबर आहे — पण खरंच भजी नकोत का? — थोडी घेऊन पाहा —

सौ. कळवणकर : नको.

अप्पा : नको? नाटकवाल्यांनी हा विषय वर्ज्य मानता कामा नये.

कळवणकर : आम्ही सगळा सिंबॉलिक सेट मांडणार आहोत, अप्पासाहेब. म्हणजे जंगल असलं तर फक्त एक झाड किंवा फांदी. दरबार असला तर एक सोनेरी खुर्ची. रात्र असली तर फक्त एक दिवा. स्मशान असलं तर फक्त एक थडगं.

सौ. कळवणकर : आणि हे सगळं वेगवेगळ्या लेव्हल्सवर दाखवायचं हं.

कळवणकर : म्हणजे समजा, वरच्या लेव्हलवर राजवाडा आहे, तर तिथे नुसती एक दाराची मोठी चौकट येईल.

सौ. कळवणकर : भिंती नाहीत हं, नुसती चौकट.

कळवणकर : अन् खालच्या लेव्हलला जंगल किंवा रस्ता. म्हणजे नुसतं एक झाड किंवा दिव्याचा खांब.

अप्पा : आलं लक्षात — अरे विठोबा! विठोबा! (विठोबा येतो.) साहेबांना काही थंड सरबत वगैरे घेऊन ये. काय गरम होतंय!

कळवणकर : नको. कार्लेकर आल्यावर पाहू. तू जा विठोबा.

विठोबा : जी, साहेब. (जातो.)

कळवणकर : नाटक नाटकीपणाच्या साखळदंडातून मुक्त व्हायला पाहिजे, अप्पासाहेब. असा एक प्रयत्न मी करणार आहे. लोकांना आपणच ट्रेन करायला हवं. त्यांच्या मनावर पूर्वीची भुतं फार पक्की बसलेली आहेत.

अप्पा : हो हो. भुतांना भयंकर वाईट सवय असते ती. स्मशानं सोडून लोकांच्या मनात मुक्काम करायची.

कळवणकर : गणपतराव जोशी आपण पाहिले आहेत, अप्पासाहेब?

अप्पा : हो, पाहिले आहेत.

कळवणकर : माफ करा. पण गणपतराव, बालगंधर्व, केशवराव ही सगळी भाकड लीजेंड्स आहेत. एका विकृत मॉरबिड समाधानासाठी निर्माण झालेली. मी गणपतरावांची चित्रं पाहिली आहेत. चरित्र वाचलंय. आय डोंट बिलीव्ह ही वॉज ए ग्रेट ॲक्टर, नॉट ईव्हन ए गुड ॲक्टर. शिकारीतल्या हाकाऱ्यासारखी आरडा-ओरड करण्याची परंपरा तेथूनच सुरू झाली आहे.

सौ. कळवणकर : आणि काम करताना म्हणे, दारू पिऊन झिंगलेले असायचे. विंगमध्ये लोक त्यांना सांगत, आज अमुक नाटक आहे म्हणून —

कळवणकर : नाही, मी म्हणतो, गणपतराव दारू पीत असत की गांजा ओढीत असत हा प्रश्न गौण आहे. कलावंताला क्षमा करायला हवी अशा गोष्टींची पण—

अप्पा : (उफाळून उठतात. हातातला पुडा जमिनीवर भिरकावीत मोठ्याने ओरडतात-) माझी सहनशक्ती संपली. तुम्ही चालते व्हा इथून — या क्षणाला चालते व्हा — गणपतरावाला क्षमा — चालते व्हा मी सांगतो —

कळवणकर : (उठून) अप्पासाहेब आपण —

[अप्पा बोलत असतानाच नलू आणि सुधाकर दारात येतात. विठोबाही आतल्या दाराशी येऊन उभा राहतो.]

नलू : (धावत पुढे येऊन) अप्पा! अप्पा! हे काय चालवलंय तुम्ही?

अप्पा : हे घर माझं नाही, मला माहीत आहे. तरीही मी सांगतो, चालते व्हा! माझ्या आकाशाच्या प्रत्येक तुकड्यावर गणपतरावांच्या नावाचा शिक्का आहे — त्यांच्याविषयी असे शब्द!

सौ. कळवणकर : चला, क्षणभर थांबू नका इथे.

नलू : साहेब, मी विनंती करते —

सुधाकर : साहेब, आपण जरा —

कळवणकर : ओल्ड इडियट! आय ॲम नॉट गोईंग टु टॉलरेट धिस! चल रागिणी—

[आडवायचा प्रयत्न करीत असता दोघेही रागाने निघून जातात. सुधाकर त्यांच्या मागोमाग जातो. नलू दगडासारखी भिंतीला धरून स्तब्ध उभी राहते. विठोबा आत जातो, अप्पा कासावीस होऊन उभे राहतात.]

अप्पा : (क्षणभराने) नले, माझं चुकलं. मी असं वागायला नको होतं.

नलू : अप्पा, तुम्ही आत जाऊन स्वस्थ पडा जरा.

अप्पा : पण भान राहिलं नाही मला — माझं घड्याळ हरवलं तेव्हापासून —

नलू : (तीव्र स्वरात) अप्पा, कृपा करून आत जा — आतल्या खोलीमध्ये.

अप्पा : (अगतिकपणाने) हो — हो — जातो — जातो बेटा.

[अप्पा काठीचा आधार घेऊन मान खाली घालून आत जातात. नलू अगतिकतेने कोचावर बसते. सुधाकर आत येतो. दार लावून घेतो आणि टेबलाजवळ स्तब्ध उभा राहतो. क्षणभराने –]

नलू : (हलक्या स्वरात) सुधाकर, माझ्यावर रागवलात तुम्ही?

सुधाकर : भलतंच. तुझ्यावर रागवायचं काय कारण?

नलू : मी अप्पांना ठेवून घेतलं इथं.

सुधाकर : त्यात तुझं काहीच चुकलं नाही. नलू, यू हॅव डन यूवर ड्यूटी.

नलू : याचा काय परिणाम होईल? आपल्या घरात असा अपमान झाला त्यांचा. ती माणसं फार आढ्यतेखोर आहेत. ती विसरायची नाहीत.

सुधाकर : काळजी करू नकोस तू नलू. काही दिवस त्रास देतील ते. मी सहन करीन ते. कळवणकरांच्या रागवण्याचीही मला सवय झाली आहे आता.

नलू : मला पहिल्यांदा वाटलं की, दादा-वहिनींचं काहीतरी चुकलं असेल. पण आता लक्षात येतंय, त्यांना सामावून घेणं किती कठीण आहे ते. ही माणसं जगणं असह्य करतात म्हणून नंदानं लिहिलं होतं ते काही खोटं नाही.

सुधाकर : वेगळ्या दुनियेत राहिलेली माणसं आहेत ती, नलू. आपल्या जगाशी जमवून घेणं त्यांनाही अवघडच आहे.

नलू : कारणं कळली म्हणजे गोष्टी सहन करता येतात असं नाही. हे कुठवर जाणार आहे मला समजत नाही. मी तुम्हांला सांगितलं नाही. परवा अप्पांनी सुभेदार-साहेबांकडे दहा रुपये मागितले. अगदी रस्त्यावर.

सुधाकर : पैसे मागितले?

नलू : काहीही ताळतंत्र राहिलेलं नाही त्यांना. वाटेल त्याच्याजवळ पैसे मागतात, रस्त्यावर कुठेही अड्डा घालून बसतात, कोणाजवळ काहीही बोलतात. कुठल्याही गचाळ हॉटेलातून काहीही घेऊन घरी येतात. नशीब आपलं की सुभाष-सुशील कॉन्व्हेंटमध्ये आहेत.

सुधाकर : आपण लक्षात घ्यायला हवं नलू, म्हातारपण म्हणजे दुसरं बालपण असतं.

नलू : ते ठीक आहे. पण या दुसऱ्या बालपणाला आई कुठून आणायची? हे पाहिलंत ना? सगळीकडे त्या घाणेरड्या भज्यांचे तुकडे पडले आहेत. बोलणं तरी धड आहे का? सारखी शिव्यांची सरबत्ती चालू असते. घरातही कुठे भरकटतील आणि काय उचकतील याचा नेम नाही. रखमा सांगत होती. परवा कपाटातला चंदनी हत्ती गायब झाला. घरभर शोधला तर अप्पांच्या उशाखाली सापडला. म्हणाले, मला हत्ती आवडतात म्हणून मी घेतला. या थराला गोष्टी आल्या आहेत. काय करावं, मला काहीच कळत नाही. सुधाकर, तुम्ही बोलत नाही. पण तुम्हांला किती त्रास होतो आहे याची जाणीव आहे मला. पण (हुंदका येऊन) मी तरी काय करू? (डोळे टिपते.)

सुधाकर : (जवळ येऊन तिच्या खांद्यावर हात ठेवतो.) वेडी आहेस का नलू! इतका त्रास कशाला करून घ्यायचा?

नलू : (निर्धाराने) माझ्या मनात मागे एक विचार आला होता, त्याप्रमाणं करायचं मी आता ठरवलंय, सुधाकर. गत्यंतर नाही दुसरं.

सुधाकर : काय ठरवलं आहेस?

नलू : त्या दोघांना पाठीमागच्या आऊटहाऊसमध्ये ठेवायचं. एक खोली मोकळी आहे तिथं.

सुधाकर : पण —

नलू : खोली स्वच्छ आणि नीटनेटकी करून घेऊ आपण. आई तर आता नेहमी बिछान्यालाच खिळलेली असते. तिची कॉट तिकडे न्यायला सांगते आणि अप्पांचं सामानही. त्यांचं जेवणखाण, चहापाणी सगळं तिथेच होईल. विठोबा करील सारं. घरापासून त्यांना अलग करायला हवं.

सुधाकर : इतकं कठोर व्हावं आपण?

नलू : इलाज नाही दुसरा. त्यांना सांभाळायची जबाबदारी आहे माझ्यावर. सांभाळीन मी. पण त्यासाठी तुमच्या सुखाची अन् संसाराची नासाडी होऊ देणार नाही. (मोठ्याने) विठोबा! विठोबा! [विठोबा येतो.]

आऊटहाऊसमधली खोली साफ करून घे आणि आईची कॉट उद्या सकाळी तिथे नेऊन ठेव. अप्पा आणि आई उद्यापासून तिथे राहणार आहेत.

विठोबा : जी, बाईसाहेब.

नलू : *त्यांचं चहापाणी, खाणंपिणं सारं तिथंच करायचं. तू त्यांना हवं नको ते नीट बघत जा. रखमालाही सांगून ठेव. जा.*

विठोबा : हो, बाईसाहेब. (जातो.)

नलू : (एकदम धुमसून रडायला लागते.) सुधाकर — सुधा — माझं काळीज तुटतंय. अप्पा म्हणतील — म्हणतील — माझी बकरी माझ्यावर रागावली! पण —— पण —— माझ्या घराचं घरपण मला राखायचं आहे. केवढं जबाबदारीचं ओझं तुम्ही शिरावर वाहता —— मला माहीत आहे. तुम्ही दमूनभागून घरी आल्यावर तुम्हांला सुखाचं, शांततेचं घर जर मिळालं नाही तर — तर — नाही सुधा, हे सारं मला केलंच पाहिजे — केलंच पाहिजे—

सुधाकर : नलू — तुझी तब्येत चांगली नाही — तू आत जाऊन जरा विश्रांती घे — चल — काय करायचं ते उद्या पाहू. (आत जातात.)

अंक दुसरा

प्रवेश तिसरा

[आऊटहाऊसमधील खोली.
वेळ संध्याकाळची.
भिंतीलगत असलेल्या कॉटवर कावेरी पडलेली आहे.
अप्पा एका जुन्या अवजड आरामखुर्चीवर बसून ज्ञानेश्वरीच्या पहिल्या अध्यायातील काही ओव्या मोठ्याने वाचून दाखवीत आहेत.
चारपाच ओव्या खालील अर्थासह वाचून झाल्यावर —]

कावेरी : ऐकलंत का?

अप्पा : काय म्हणता, सरकार?

कावेरी : किती वाजले असतील?

अप्पा : कुणास ठाऊक! माझं घड्याळ हरवल्यापासून हा प्रश्न कायमचा बाद झाला आहे. आता फक्त दिवसांचा हिशेब, तासांचा नाही. (चष्मा चढवून पुन्हा पुढे वाचू लागतात.) तो म्हणे अवधारी देवा । म्यां पाहिला हा मेळावा । तव गोत्रवर्ग आघवा । देखला येथ ।। तेव्हा अर्जुन म्हणाला, कृष्णा, मी काय म्हणतो तिकडे लक्ष दे —

कावेरी : ऐकलंत का?

अप्पा : (चष्मा काढून) आता काय?

कावेरी : आज इतकंच पुरे. माझं नाही लक्ष लागत.

अप्पा : (पुस्तक दूर ठेवून) ठीक आहे. आपलं वर्तन सुधारावं म्हणून सर्वांनी संगनमत करून हा ग्रंथ आपल्याकडे पाठविला. पण पहिला अध्याय काही अजून संपत नाही. काय म्हणणं आहे आपलं, सरकार?

कावेरी : हसणार नसाल तर सांगते.

अप्पा : नाही हसणार.

कावेरी : मला किनई आज खूप बरं वाटतंय.

अप्पा : वाटलं तरी असं बोलायचं नसतं. सैतानाची पिल्लं वळचणीला बसलेली असतात. ती ऐकतात.

कावेरी : ऐकू दे. देवाची पिल्लंही दुसऱ्या वळचणीला बसलेली असतील.

अप्पा : बरं मग आपण दोघांनी फिरायला जायचं का हातात हात घालून — एखाद्या बागेमध्ये?

कावेरी : इश्श! चेष्टा केलीत तर मी बोलणारच नाही.

अप्पा : (उठतात) काय गाढव आहे मी! आता बाग म्हटल्यावरून आठवण झाली. सरकार, आज मी तुमच्यासाठी एक गंमत आणली आहे, मघाशी बाहेरून आलो तेव्हा. (खुंटीवरचा कोट चाचपू लागतात.)

कावेरी : काय आणलंय्?

अप्पा : ओळख बघू.

कावेरी : भजी नाहीत ना? पुन्हा त्या दिवसासारखं रामायण व्हायचं.

अप्पा : खाण्यात जमा नाही.

कावेरी : ओळखलं, सोनाचाफ्याची फुलं.

अप्पा : (कॉटकडे येत) भामटी, कसं ओळखलंस तू?

कावेरी : (हसून) अहो, सोनचाफ्याची फुलं कधी लपून राहतात का? तुम्ही आल्यापासून सुवास दरवळतो आहे साऱ्या खोलीमध्ये. या वाचण्यात मी विसरून गेले होते.

अप्पा : (जवळ येऊन) एक तुझ्या केसांमध्ये खोवू का?

कावेरी : (सुखावून) इश्श! काय बोलणं हे! हातात द्या माझ्या. (फुलं घेते.) किती छान आहेत! कुणाच्या बागेवर डल्ला मारला?

अप्पा : अग; बाग कोणाचीही असली तरी फुलं देवाची असतात. प्रत्येक फुलाच्या प्रत्येक पाकळीवर परमेश्वरानं सही केलेली असते. आकाशातील नक्षत्रांप्रमाणेच ही देवाघरची दौलत आहे. तो बागेचा मालक अंगावर धावून आला तेव्हा त्याला मी हेच सांगितलं. म्हटलं, बाबारे, एखाद्याला त्याच्या गच्चीवर व्याधाची चांदणी उगवलेली दिसली म्हणून ती त्याच्या बापाची मालमत्ता होत नाही.

कावेरी : (हसते.) मग त्याला पटलं का ते?

अप्पा : नाही पटलं. त्याला शेवटी एकच पटलं, की मी कार्लेकरसाहेबांचा सासरा आहे. लोकांना क्षुद्र गोष्टी पटतात, मोठ्या पटत नाहीत.

कावेरी : ते जाऊ द्या. इथं माझ्याजवळ बसा पाहू.

अप्पा : काय म्हणणं आहे? (कॉटवर बसतात.)

कावेरी : चार दिवस एक विचार माझ्या मनात येतोय. आज सांगून टाकते.

अप्पा : कसला विचार?

कावेरी : आपण आता इथं राहू नये असं वाटतंय मला.

अप्पा : आणि कुठं जायचं?

कावेरी : आपण आपल्या गावी जाऊन राहू. मोरवाडीला.

अप्पा : इथं त्रास होतोय तुला कावेरी?

कावेरी : तुम्हांला कळत नाही का?

अप्पा : कळतं आहे. या अडगळघरात आपले बाडबिछाने आले तेव्हाच सगळं स्पष्ट झालं. पण ही पोरं सभ्य आहेत. वाजवीपेक्षा जास्त सभ्य आहेत. मनात काहीही असलं तरी ती बाहेर बोलत नाहीत. त्याचा फायदा घेऊन आपणही आपल्याला काही कळत नाही असं दाखवावं आणि हाताला लागेल ती फांदी धरून लोंबकळत राहावं, यातच शहाणपण आहे.

कावेरी : नको. या अवस्थेत माझी तब्येत कधी सुधारायची नाही.

अप्पा : आणि वाडीला सुधारेल? तिथे असा मोठा डॉक्टर पाहायला सुद्धा मिळायचा नाही.

कावेरी : न मिळो. कपड्यात शिरलेल्या कुसळासारखे आपण झालो आहोत. कुसळाचा काटा होण्याअगोदर आपणच शहाणपणानं बाहेर पडावं. नव्याचे नऊ दिवस केव्हाच संपून गेले. आता पहिल्यासारखं एकत्र बसणं नाही, बोलणं नाही, थट्टामस्करी तर नाहीच, पण रागावणं देखील नाही. चार चार दिवसांत दर्शनसुद्धा होत नाही कुणाचं.

अप्पा : कामं असतात त्यांना, सरकार. आपल्यासारखी रिकामी नाहीत ती. कार्टीची किती धडपड चाललेली असते सकाळपासून आणि जावयांच्या डोक्यावर तर डोंगराचं ओझं आहे. नेहमीची कामं अन् पाहुण्यांची वर्दळ. थोडं दुर्लक्ष झालं तर आपणही सांभाळून घ्यायला हवं.

कावेरी : मला हे कळत नाही का? पण मला वाटतं, बाह्यात्कारी सगळं बरं आहे तोपर्यंत आपण दूर व्हावं. आपणही अंत पाहू नये त्यांचा. आपण दूर झालो, वाडीला जाऊन राहिलो तर त्यांच्या मायेला पारखं होण्याचा प्रसंग यायचा नाही. प्रेम टिकायला देखील माणसं जरा दूरच असावी लागतात.

अप्पा : (उठतात.) ठीक आहे, सरकार, तुमचं म्हणणं बरोबर आहे. खरं सांगायचं तर माझ्याच मनातलं बोललात तुम्ही. आपण वाडीला गेलो तर सगळ्या गोष्टी सुरळीत आणि सुखाच्या होतील. नली-माझं कोकरू-नाचत बागडत येईल माहेरी आपल्याकडे. तिच्या त्या साहेबी कारट्यांना मोरवाडीच्या

नदीत चांगलं बुचकळून काढीन मी आणि — आणि — मग नंदा-शारदाही येतील तिथं माझ्या ठमीला घेऊन. माझ्या मनातून, सरकार ठमी जातच नाही. दिवसरात्र हाका मारीत असते. पण आपण कुणावरही रागवायचं नाही. झालं ते झालं. सगळी पोरंसोरं आली ना सरकार, म्हणजे रोज संध्याकाळी आपण शेलाराच्या आमराईत जात जाऊ. चांदण्यात अंगणामध्ये जेवायला बसत जाऊ. मान्य आहे, सरकार, मान्य आहे. आपण पोरीला माहेर द्यायला हवं, नातवंडांना आजोळ द्यायला हवं, मुख्य म्हणजे काही तरी द्यायला हवं, नुसतं घेण्याचा सोस बंद करून. सरकार आपलंच चुकतं. भूतकाळाच्या डोहात पाय टाकून बसलेली वडाची झाडं होतो आपण. भुताटकी एकान्ताचा डेरा घालून बसणारी, भोवतालची हवाच नव्हे तर नदीचं पाणीही स्वार्थाच्या घनदाट सावलीनं काजळून टाकणारी, वडाची जुनाट झाडं. यातून आपण बाहेर पडायला हवं. बस, ठरलं. वाडीला जायचं. नशीब की वाडीतलं घरटं आपण कुणाला देऊन टाकलं नाही. पण आता त्याची काय दशा झाली असेल, कुणास ठाऊक!

कावेरी : त्याची काळजी नको. हे घर सुटलं ना, की माझा बिछानाही सुटेल. मी माझ्या हातानं भिंती लिंपून काढीन, जमीन सारवीन, रंगदेखील मीच देईन. एकदा कमरेला पदर बांधला की, खोपट्याचाही राजमहाल करीन मी. आपण मात्र मधेमधे लुडबूड करायची नाही, की माझ्या अंगावर ओरडायचं नाही. आधीच सांगून ठेवते.

अप्पा : सांगितलंस ते बरं केलंस. तिथे जाईपर्यंत लक्षात राहायला हवं, एवढंच.

कावेरी : आणि गडे —

अप्पा : गडे?

कावेरी : इश्श! येतं तोंडात एखादे वेळी.

अप्पा : येऊ दे की. त्यात एवढं कासावीस कशाला व्हायला हवं? तापलेल्या अंगावर गुलाबपाणी शिंपडल्यासारखं वाटतं. काय म्हणत होतीस?

कावेरी : म्हटलं, माझी फारा वर्षांची आपली एक हौस आहे. मागच्या अंगणाला आपण चांगलं कुंपण करू आणि तिथं एक तुळशीवृंदावन बांधून घेऊ.

अप्पा : तथास्तु!

कावेरी : हार विकला त्याचे दीड हजार रुपये आहेत अजून आपल्याजवळ.

अप्पा : कुठं आहेत ते? माझ्या लक्षातच नाही.

कावेरी : कॉटच्या खाली, माझ्या ट्रंकेत आहेत. शिवाय पाटल्या आहेत, चार

बांगड्या आहेत, दोन अंगठ्या आहेत. आपण सगळं मोडू आणि एक लहानसं शेत विकत घेऊ.

अप्पा : एक शेत आहे अजून.

कावेरी : मग शेतीची अवजारं घेऊ, बैल घेऊ. आणि मग — मग — तुम्ही स्वत: शेतकरी व्हायचं.

अप्पा : (त्या कल्पनेने सुखावून) वा! सुंदर कल्पना आहे. उमाठ्यावर सोनसडा झाला की मी बैल घेऊन शेतावर जाईन आकाशातल्या केशरकस्तुरीचा आस्वाद घेत. मी स्टेजवर कधी गाणी म्हटली नाहीत. पण विहिरीवर मोट चालवताना म्हणेन. ते नाही जमलं तर नाटकातली भाषणं म्हणेन. मोटा चालवीन, नांगर धरीन, काय वाटेल ते करीन. आणि मग सूर्य माथ्याला आल्यावर बांधाच्या पायवाटेनं तू माझी भाकरी घेऊन येशील. मात्र सांगून ठेवतो, तू स्वत: यायला हवंस. गड्यामाणसाला पाठवलं तर विहिरीमध्ये ढकलून देईन त्याला. माझा राग कठीण असतो, ठाऊक आहे तुला.

कावेरी : (हसत) येईन, येईन. मीच येईन.

अप्पा : आणि हे पाहा, तुला वृंदावन हवं तसं मला थिएटर हवं. बाहेरच्या पडवीला आपण थिएटर म्हणायचं. तिथं मी नाटकाची पुस्तकं ठेवीन आणि मला वाटेल तेव्हा मोठमोठ्यानं भाषण म्हणत बसेन. चालेल? मग कटकट करायची नाही, की कानठळ्या बसतात म्हणून कुरकूर करायची नाही.

कावेरी : नाही करणार .

अप्पा : रामजी शेलार, सयाजी शेलार, गंगाराम जागले, महादेव कोळी — सगळ्यांना खूप आनंद वाटेल. पारावरच्या बैठकी पुन्हा फुलून येतील. मनाला, शरीराला काचणारे हे सगळे साखळदंड तुटतील आणि आपण मोकळे होऊ. खूप मोकळे होऊ कावेरी. कावेरी —

कावेरी : इश्श! इतक्या मोठ्यानं काय हाका मारायच्या? कुणी ऐकलं तर काय म्हणतील?

अप्पा : म्हणतील की म्हाताऱ्याला आपल्या बायकोचं नाव अजून आठवतंय — (जवळ जाऊन तिचा हात हातात घेतात.) कावेरी, गेल्या पन्नाससाठ वर्षांत एक गोष्ट तुला सांगायची मी विसरून गेलो, आता सांगणार आहे ती.

कावेरी : कोणती ती!

अप्पा : तू मला फार आवडतेस. मी खूप खूप प्रेम करतो तुझ्यावर.

कावेरी : (सुखावून हसत) इश्श! या गोष्टी बोलायच्या असतात का? आणि हे काय मला माहीत नव्हतं?

अप्पा : तरीही एकदा सांगावंसं वाटतं.

कावेरी : एक विचारू का? रागवायचं नाही हं.

अप्पा : विचार.

कावेरी : (स्मित करीत) मला सवती किती होत्या!

अप्पा : (हसतात) बापरे! आठवणीच्या मावळतीवर हे जुने जमाखर्च आता कसे लक्षात येणार? पण तुला एक सांगतो, कावेरी, तुला सवत कुणीही नव्हती. होत्या त्या फक्त माझ्या मैत्रिणी होत्या.

कावेरी : मी मैत्रीण नव्हते?

अप्पा : तू बायको होतीस.

कावेरी : बायको मैत्रीण असू शकत नाही?

अप्पा : असू शकते, असतेही; पण मैत्रिणीपेक्षा आई अधिक असते. दिवाणखाना कमी असतो, पण देऊळ जास्त असते. आकाश कमी असते, पण पृथ्वी अधिक असते. थोडक्यात, बायको हे एक बंदर असतं कावेरी, नवरा नावाच्या गलबतासाठी.

कावेरी : फारच दुर्घट विषय दिसतोय!

अप्पा : गलबत शिडं उभारून सातासमुद्रांत मुशाफरी करायला बाहेर पडतं. हे समुद्र असतात व्यवहाराचे, कलेचे, ध्येयाचे, प्रेमाचे आणि द्वेषाचेही. या दर्यात शिरावं, दूरवरचे किनारे पाहावे, वादळवाऱ्याशी मुकाबला करावा, चंद्रचांदण्यांशी सोयरीक करावी. संतप्त लाटांची मस्ती अंगावर घ्यावी. जगणं असं असावं की पावलापावलावर मरणाशी मुलाखत व्हावी. परंतु हे सारे उद्रेक अंगावर घेताना गलबत सतत पाहात असतं आपल्या बंदराकडे. पराभवाच्या जखमा किंवा विजयाचे झेंडे घेऊन ते पुन्हा बंदरात येतं आणि तेथील हिरव्या निळ्या प्रकाशात, प्रशान्त पाण्याच्या गालिच्यावर विश्रांत होतं. गलबताच्या पराक्रमाचा उदय बंदरात होतो, पराजयाचं सांत्वनही त्याला बंदरातच मिळतं. अशी आहे बंदराची महती. म्हणजे बायकोची. म्हणजेच तुझी.

कावेरी : (हसत) महती चांगली आहे. पण खरं सांगा. अजून मेनकाताईची आठवण होते?

अप्पा : अनेक जखमांतील तीही एक जखमच. आणि ती जखमही मी माझ्या बंदरातच घेऊन आलो. तिथेच भरून निघाली ती.

कावेरी : (मोकळेपणाने हसते.) तुमचं उत्तर मला माहीत होतं. एकदा विचारून टाकायचं होतं, इतकंच. मनात काही रुखरुख राहायला नको. सगळी गाठोडी इथं ठेवून मोकळ्या मनानं पालखीत बसता आलं पाहिजे.

अप्पा : माझ्या आधी?

कावेरी : सोनं होईल माझं.

अप्पा : आणि माझं काय होईल? बंदरच नाहीसं झालं तर गलबतानं जायचं कुठं?

कावेरी : (हसते.) जाऊ दे. उगाच गंमत केली मी! मी काही एवढ्यात जात नाही अन् कुणाला जाऊ देणार नाही. पण मोरवाडीला जायचं हे नक्की ठरलं ना?

अप्पा : ठरलं — ठरलं — ठरलं!

[विठोबा औषधाच्या बाटल्या, ग्लास, इत्यादी घेऊन आत येतो.]

विठोबा : शपथ वाहा — शपथ वाहा — शपथ वाहा.

अप्पा : (अनवधानाने) हो, हो, शपथ वाहतो, मी मोरवाडीला जाईन.

विठोबा : मोरवाडीला की चोरवाडीला?

अप्पा : (वळून) गधड्या!

विठोबा : आम्हांलाही विटा करता येतात, अप्पासाहेब. लहानपणीच गडकऱ्यांची सावली माझ्या डोक्यावर पडली होती. समर्थ मंडळीत तर लोक मला विठोबाच्याऐवजी विटोबाच म्हणायचे.

अप्पा : मूर्खा, अशा कोट्या करायला हे काय नाटककंपनीचं स्वयंपाकघर आहे?

विठोबा : अप्पासाहेब, नाटकवाल्याची दुनिया म्हणजे कलंदराची दुनिया, पण नाटककंपनीच्या स्वयंपाकघरात जेवढा सभ्यपणा होता तेवढा या सभ्य लोकांच्या दिवाणखान्यातही सापडायचा नाही — ही औषधं घ्या. हे थोरल्या बाईसाहेबांचं, हे तुमचं. आम्ही पुन्हा शपथा घ्यायला जातो की आम्ही चोर नाही म्हणून.

अप्पा : अरे पण गाढवा —

विठोबा : (परत जाताना पुन्हा मागे वळून) अप्पासाहेब, मी आयुष्यात कसली चोरी केली असेल तर ती फक्त नाटककारांच्या शब्दांची. बस. याच्या पलीकडे—

अप्पा : अरे, पण तू चोरी केली असं कोण म्हणतंय?

विठोबा : केली आहे असं कोणी म्हणत नाही. पण केली नाही असंही कोणी म्हणत नाही. जातो मी. बाईसाहेब येताहेत.

[नलू आणि सुधाकर आत येतात.]

नलू : विठोबा, इथं गप्पा मारीत उभा राहिलास! हे बघ, अस्साच लाँड्रीमध्ये जा, साहेबांचे कपडे आण आणि सूटकेस नेहमीसारखी भरून ठेव.

विठोबा : जी, बाईसाहेब. (जातो.)

अप्पा : किती दिवसांनी येतंय माझं लाडकं कोकरू इकडे. नले, आज एक गंमत सांगणार आहोत आम्ही तुम्हांला.

नलू : आज तुम्ही फिरायला गेला नाहीत, अप्पा!

अप्पा : नाही गेलो. तुझ्या आईला अधूनमधून लहर येते प्रेमाचे संवाद करण्याची. मग बसावं लागतं आणि हातात हात घेऊन काहीतरी गुलकंदी बोलणं करावं लागतं.

कावेरी : भलतंच काय सांगता? अगबाई, साहेबही आले आहेत. मी पाहिलंच नाही. (उठायचा प्रयत्न करते.)

सुधाकर : आपण उठू नका. हालचाल करायला सक्त मनाई आहे अजून.

कावेरी : उठत नाही. जरा टेकून बसते उशाला. अहो, जरा हात देता का?

नलू : थांबा, अप्पा. मी धरते तिला. (कावेरीला हात देते.)

कावेरी : नले, पाचसहा दिवसांत फिरकली नाहीस इकडे. आणि जावई तर — मला वाटतं —

नलू : आई, आमची काय धांदल चालते, तुम्हांला दिसत नाही का? गेल्या आठ दिवसांत दहा पाहुणे येऊन गेले. घरातल्या कामाचा रामरगाडा आणि त्यात हे बाहेरचे उद्योग. जीव नकोसा होऊन जातो.

अप्पा : अग पोरी, आपल्या देशातलं एक मोठं धरण बांधतोय तुझा नवरा. त्याच्या हाताबरोबर तुझाही हात लागतोय त्या बांधकामाला. जावई, म्युनिसिपालिटीच्या वीतभर पुतळ्याखाली मेंबरलोकांची हातभर यादी असते. तशी यादी धरणावर देतात का?

सुधाकर : (हसून) अद्याप तरी तशी पद्धत नाही.

अप्पा : सुरू झाली तर तुमच्या नावाबरोबर कंसामध्ये या जगदंबेचंही नाव घालायला सांगा.

नलू : (कपाटात शोध घेत) अप्पा, — जरा —

अप्पा : काय शोधते आहेस बेटा, त्या कपाटात? आमचा कळकट मळकट

संसार भरलेला आहे त्यात. उगाच अंगावर धूळ घेऊ नकोस. काही हरवलंय का?

नलू : माझ्या विणायच्या सुया सकाळपासून सापडत नाहीत. सारं घर शोधते आहे. उद्या सकाळी आम्हांला नाशिकला जायचं आहे. येता-जाता त्यांचा स्कार्फ पुरा करून टाकीन. म्हटलं, तुम्हांला सांगावं आणि सुयाही सापडतात का पाहावं.

अप्पा : नाशिकला जाणार? अन् परत केव्हा येणार?

सुधाकर : दोन दिवसांनी. आमच्या डिव्हिजनल इंजिनियर्सची बैठक आहे तिथे.

अप्पा : आणि आमची गाठोडी?

नलू : विठोबा करील सगळं व्यवस्थित. त्याला सांगून ठेवलंय.

अप्पा : आम्ही घरात कुठेही हिंडायला हरकत नाही ना?

नलू : इश्श, हे काय अप्पा? तुम्हांला कोणी मनाई केली आहे? हो — खरंच — आज दुपारी तुम्ही तिकडे हॉलमध्ये पेपर वाचीत बसला होता ना?

अप्पा : हो, जगात काय घडतंय, जरा पाहायला हवं.

नलू : कोणी आलं होतं तेव्हा — काही निरोप घेऊन? यांचा एक शिपाई यायचा होता.

अप्पा : कोणीही आलं नाही. तुमची पोलादी कपाटं लुटून एखादा दरोडेखोर पळाला असता तरी कोणालाही पत्ता लागला नसता.

नलू : आई, तुझी ट्रंक इथं खाली आहे ना? परवा मी तुझे कपडे पाठवले तेव्हा एखादवेळी सुयाही गेल्या असतील चुकून त्यांत. तुझ्याजवळ किल्ली आहे?

अप्पा : अग किल्ल्या हरवलेली कुलपं आमची. थोडं ओढलंस तर कुलूपच काय, पण कडीही बाहेर येईल. मी काढू का ट्रंक बाहेर?

नलू : नको, इथंच पाहते मी. (कॉटजवळ बसून ट्रंक पुढे ओढते.)

सुधाकर : (अस्वस्थ होऊन) राहू दे नलू — मला वाटतं —

नलू : (ट्रंक उघडीत) राहू दे काय? एकदा मनाची खात्री करून घ्यायला हवी — काय काय भरलंय आई, ट्रंकेमध्ये?

कावेरी : अग, आमचा जुना बाजार आहे तो. नाही सापडत ना? अशी वेंधळी आहेस तू नले! ठेवल्या असशील कुठे अन् पाहतेस कुठे!

अप्पा : जावई, तुमची बायको म्हणजे आठवणीची खंदक आहे. लहानपणापासूनच काहीतरी हरवायचं आणि नंतर शोधायचं यात आजवरचं

निम्मं आयुष्य गेलं असेल तिचं — अग सापडताहेत का? कशाला उगाच उचकत बसलीस? नाही ना?

नलू : (ट्रंक लावून आत लोटीत) नाही, सुया नाहीत.

अप्पा : मग आणखी काय हरवलंय?

नलू : काही नाही. सुयाच. तिकडेच असतील कुठंतरी. चला —

अप्पा : पहाटे निघणार?

नलू : हो. आई, कडक थंडी पडणार म्हणून इशारा आला आहे आज. आणखी एक ब्लँकेट मी आणून ठेवते थोड्या वेळानं.

[नलू - सुधाकर जातात.]

अप्पा : (आरामखुर्चीवर बसतात.) सुया सापडत नाहीत म्हणून फारच कासावीस झालेली दिसते कारटी. पण या ट्रंकेत कशाला येतील त्या?

कावेरी : अहो वस्तू हरवली म्हणजे वेडापिसा जीव होतो बायकांचा. आपला मोरवाडीचा बेत तुम्ही त्यांना सांगणार होता?

अप्पा : हो. पण या सुयांच्या दंगलीत आठवणच राहिली नाही.

कावेरी : बरं झालं, नाही सांगितलं. बाहेरगावी जाताना डोक्याला शीण नको पोरीच्या — हवा आताच गार पडायला लागली आहे!

अप्पा : शाल घालू अंगावर?

कावेरी : माझ्यासाठी म्हणत नाही मी. जरा इकडे या. तुमचा स्वेटर मी कपाटातून काढून देते.

अप्पा : मी काढतो शोधून. तुम्हांला डॉक्टरनं —

कावेरी : पुरे झालं कौतुक. डॉक्टरांचं सगळंच सांगणं इतकं मनावर घ्यायचं नसतं. कपड्यांच्या गाठोड्यात बांधून ठेवलाय स्वेटर. तुम्हांला सापडायचा नाही तो.

अप्पा : स्वेटर सापडेल बिचारा. पण गाठोडं विसकटण्याची धास्ती वाटते आहे तुम्हांला. ठीक आहे — काठी देऊ?

कावेरी : नको, हात द्या फक्त.

[अप्पांच्या साहाय्याने कावेरी उठते आणि कपाटापाशी जाऊन स्वेटर काढू लागते.]

कावेरी : आणि ते औषध घेऊन टाका अगोदर. अशी टंगळमंगळ चालायची नाही. घ्या आधी.

अप्पा : हो — हो — घेतो, सरकार.

(औषध घेतो.)

कावेरी : (स्वेटर बाहेर काढून कपाट लावते.) हा घ्या स्वेटर. आणि आता अंगात घाला.

अप्पा : (स्वेटर घेऊन) मोरवाडीच्या नव्या संसाराची ही तालीम दिसते. पण सरकार मला थंडी वाजत नाही इतकी!

कावेरी : घाला म्हणते ना! अन् हात द्या जरा —

(कॉटवर जाऊन बसते.)

अप्पा : कावेरी, हा स्वेटर तू केव्हा पुरा केलास आठवतंय?

कावेरी : हो.

अप्पा : त्या दिवशी मुंबईला माझा सत्कार झाला होता. रसिकांनी मला थैली दिली. नटसम्राट ही पदवी दिली. आणि त्याच दिवशी रात्री तू हा स्वेटर माझ्या अंगात घातलास. त्या वेळी काय गंमत झाली, तुला आठवतंय?

कावेरी : (हसून मान फिरविते) इश्श! ते कशाला सांगायचं सगळं.

अप्पा : आपण तेव्हाही म्हातारे होतो पण आजच्याइतके नाही. पिवळ्या पानाला थोडी हिरवी किनार होती. मी म्हटलं, त्या थैलीपेक्षा आणि पदवीपेक्षा या स्वेटरचं सुख मला जास्त वाटतं. मी तुला जवळ ओढलं —

कावेरी : पुरे ना आता!

अप्पा : त्या समाधीत किती वेळ गेला कुणास ठाऊक. ती उतरायच्या आतच डॉक्टरांची सिंहगर्जना कानावर आली — अप्पासाहेब, रंगभूमीवरचे हे राजेरजवाडे तुम्हांला भेटायला आले आहेत. समोर पाहतो तो केशवराव, नानासाहेब, गणपतराव अशी खाशी मंडळी दाराजवळ उभी — हातात हारतुरे घेऊन. आणि इकडे आमची काय अवस्था —

कावेरी : नको ना.

अप्पा : स्वेटरमध्ये अडकलेली तुझ्या कर्णफुलाची कडी काही लौकर सुटेना. सगळी मंडळी हसत होती, मस्करी करीत होती. शेवटी डॉक्टरांनी पुढे होऊन हलक्या हातानं ऑपरेशन केलं आणि आपली सुटका केली. [दोघेही हसतात.] मारुतीप्रमाणे जन्मल्याबरोबर असा पराक्रम केला आहे या स्वेटरनं. पण तोही बिचारा आता जर्जर झाला आहे मालकासारखा.

कावेरी : मोरवाडीला गेल्यावर मी नवा स्वेटर करायला घेईन.

अप्पा : (स्वेटर घालून) नक्की?

कावेरी : हो, हो, घेईन.

अप्पा : (नाटकी स्वरात) शपथ वाहा - शपथ वाहा - शपथ वाहा!

[दोघेही हसतात. त्याच वेळी विठोबा प्रवेश करतो.]

विठोबा : वाहवा! असं ट्रेनिंग जमलं तर स्वत:लाच नव्हे तर नाटकालाही बक्षीस मिळवून देईन मी. जमेल केव्हातरी. अप्पासाहेब, हे तुमचे कपडे. धोब्यानं साहेबांच्या कपड्यांबरोबर तुमचेही कपडे दिले. बाईसाहेबांनी सांगितलं, स्वत:च्या हातानं कपाटात ठेवून दे.

अप्पा : मघाची भांग उतरली वाटतं?

विठोबा : (कपाटात कपडे ठेवीत) जी चढलीच नाही ती उतरण्याचा सवालच निर्माण होत नाही, अप्पासाहेब. माझं डोकं चढलं होतं चोरीच्या आरोपामुळे.

अप्पा : चोरीचा आरोप? कसली चोरी झाली? कोणावर चोरीचा आळ आला?

विठोबा : (माघारी येत) आज आमच्यावर आला, उद्या कोणावरही येईल.

अप्पा : गाढवा, नीट सांगणार आहेस का?

कावेरी : कुणाची चोरी झाली, विठोबा?

विठोबा : कोणाशी बोलायचं नाही म्हणून बाईसाहेबांनी बजावलंय. पण तुम्हांला म्हणून सांगतो. फार वाईट गोष्ट आपल्या घरात घडली आज.

अप्पा : काय झालं?

विठोबा : साहेबांचा सगळा पगार आज दुपारी चोरीला गेला.

अप्पा :
कावेरी : पगार? चोरीला गेला?

विठोबा : साहेब दुपारी जेवायला आले तेव्हा गोदरेजच्या कपाटात त्यांनी पाकीट ठेवलं होतं. संध्याकाळी येऊन पाहतात तो पाकीट गायब.

अप्पा : गायब!

विठोबा : साफ गायब! सगळीकडे बाईसाहेबांनी शोध घेतला. सगळ्या नोकरमाणसांवर आरोप केले, जबान्या घेतल्या, झडत्या घेतल्या. पण काहीही पत्ता लागला नाही. म्हणून म्हटलं, तुम्ही मोरवाडीला जायला निघालात तरी लोक तुम्हांला चोरवाडीला नेऊन पोचवतील. जातो मी. बॅग भरायची आहे.

[विठोबा जातो. अप्पा एखाद्या पुतळ्याप्रमाणे, कोणीतरी ढकलल्यागत खुर्चीवर जाऊन बसतात.]

कावेरी : किती धांदरट माणसं आहेत ही! दारं उघडी टाकली असतील, कुणीतरी आत शिरलं असेल —

अप्पा : (ओरडतात) सरकार! तेवढ्यासाठी आपल्या खोलीचा शोध घेतला तिनं? सरकार आपण चोरी केली, मी चोरी केली! आपण आज चोर ठरलो, कावेरी!

कावेरी : मी म्हणते, उगाच असा वेडावाकडा कयास करू नये, असं व्हायचं नाही.

[नलू ब्लँकेट घेऊन आत येते, दोघेजण एकदम स्तब्ध होतात. नलू कावेरीच्या पायांशी ब्लँकेट ठेवते, आणि विचारते]

नलू : अंगावर घालू?

कावेरी : नको!

[नलू कोणाकडे न पाहता जाऊ लागते.]

अप्पा : (उठून) नले, मी — मी — चोरी केली असा संशय आला तुला?

नलू : (उभी राहते. शांतपणाने) हो.

कावेरी : नले!

अप्पा : तेवढ्यासाठी तू कपाट आणि ट्रंक शोधलीस?

नलू : हो तेवढ्याचसाठी.

अप्पा : (एकदम उद्‌ध्वस्त झाल्याप्रमाणे) नाही! शक्य नाही! माझ्या लाडक्या कोकरा, खोटं सांग. नले, मला सहन होणार नाही! खोटं सांग, पण नाही म्हणून सांग–

नलू : मला खोटं बोलायची सवय नाही.

अप्पा : मी चोरी केली असं खरंच वाटतं तुला?

नलू : (संताप दाबून) अप्पा, मी बेलवलकर नाही, कार्लेकर आहे. त्यांचे पैसे होते ते. ते असे कपाटातून काढून घेण्याचा तुम्हांला काहीही अधिकार नव्हता. पैसे हवे होते तर माझ्यापाशी मागायचे हाते. चोरी करून तुमचं आणि माझंही तोंड काळं केलंत तुम्ही.

अप्पा : मी चोरले पैसे? चांडाळणी!

कावेरी : माझं ऐकायचं. असं रागवायचं नाही.

अप्पा : रागवायचं नाही? पृथ्वीवर गाफीलपणानं हिंडणाऱ्या परमेश्वराच्या पाठीत सुरा खुपसून त्याचा खून करू पाहणारी माणसं समोर वावरत असताना रागवायचं नाही? मी पैसे चोरले? सरकार, तिला माहीत आहे, माझ्या क्रोधाला पाय नाहीत, हात नाहीत, लुळापांगळा आहे तो; वडाऱ्यांनी अर्धवट चिरलेल्या डुकराचं धड नुसतं. गटारात तडफडणारं. मी पैसे चोरले? नाही. सरकार, मी रागवणार नाही. काय उपयोग आहे त्याचा? मी रागवणार नाही.

पण तुम्हांला सांगून ठेवतो, मी रडणारही नाही. डोळ्यांत आसवं जमायला लागली तरी खिळे मारून डोळ्यांच्या खाचा करीन संभाजीसारख्या. पण तुझ्यासारख्या आळईसमोर रडणार नाही. मी पैसे चोरले? मी पैसे चोरले?

नलू : (बेभान होऊन किंचाळते) हो — तुम्ही चोरले! तुम्ही चोरले! तुम्ही चोरले!

[हाताने डोके दाबून आवेगाने बाहेर निघून जाते.

कावेरी 'नले, नले' म्हणत धडपडत उठते आणि तिच्या मागोमाग जाऊन शेवटी भिंतीचा आधार घेऊन उभी राहते.

अप्पासाहेब क्षणभर निश्चल उभे राहतात, नंतर भ्रमातल्या माणसाप्रमाणे हेलकावणाऱ्या अस्थिर पावलांनी खुर्चीकडे जातात, क्षणभर पाठीच्या आधाराने उभे राहतात व नंतर खुर्चीवर बसतात.]

अप्पा : मी चोर आहे! (छातीवर हात आदळत) मी चोर आहे! मी अप्पा बेलवलकर - नटसम्राट - लक्षावधीची मालमत्ता गुलाल-बुक्क्याप्रमाणे ज्यानं उधळून दिली तो हा गणपतराव बेलवलकर चोर ठरला - आपल्या पोरांच्या घरांमध्ये! परमेश्वरा, मी इतर सारं काही सहन केलं असतं - पण हे —

कावेरी : (भिंतीचा, कॉटचा आधार घेत त्यांच्या जवळ येते आणि खांद्यावर हात ठेवते.) ऐकलंत का?

अप्पा : (क्षीण स्वरात) काय म्हणतेस?

कावेरी : सगळी दुनिया आपल्यासाठी संपली आहे आता. आपण दोघंच उरलो आहोत. आपण दोघंच. एकमेकांसाठी. माझ्या गळ्याची शपथ आहे, मी सांगते ते ऐकायचं.

अप्पा : (जमिनीकडे नजर खिळवून) मला काहीच समजत नाही, सरकार.

कावेरी : माझ्या काळजाच्या चिंध्या होताहेत. पण मी जगणार आहे — तुमच्यासाठी. मी बरी असते तर एक क्षणभरही हे सहन केलं नसतं. नंदाच्या घरून बाहेर पडले तशी तुम्हांला घेऊन या क्षणाला बाहेर पडले असते. पण या आजारामुळे मी अगतिक झाले आहे, लाचार झाले आहे. मला माझा भरवसा वाटत नाही. म्हणून सांगते — ऐकताहात ना? आजची रात्र आपण इथे काढू. कोणाला तरी बरोबर घेऊन उद्या सकाळीच आपण मोरवाडीला जाऊ. मी बंगल्यात नलूकडे जाऊन येते. एकदा तिला स्पष्ट विचारते, काय तुझ्या मनात आहे म्हणून. आम्ही घर सोडायला तयार आहोत, पण असा अभद्र शिक्का आमच्या कपाळावर मारू नकोस...मी पायांवर डोकं ठेवून

तिची विनवणी करीन – बये, तुझ्याजवळ कधी काही मागितलं नाही. पुढेही मागणार नाही. पण आज पदर पसरते तुझ्यापुढे. एखादा माणूस आमच्याबरोबर दे आणि आम्हांला मोरवाडीपर्यंत पोचविण्याची व्यवस्था कर. आम्ही आमची थेरडी थोबाडं तुझ्या संसारात पुन्हा कधीही दाखवणार नाही. पण तुम्ही शांत बसायचं इथं! माझी शपथ आहे. डोकं फिरवून घ्यायचं नाही. मला थोडं बरं वाटलं ना, म्हणजे मी वाटेल तेवढे आयाससायास करीन. मोरवाडीला गेल्यावर सुखासमाधानाचं देऊळ उभं करीन माझ्या देवासाठी. हे सारं अमंगळ स्वप्न आपण विसरून जाऊ. माझी कूस वांझ राहिली असंच मी समजते. आपली साथ आहे तोपर्यंत कशाचीही पर्वा नाही मला. मी मनानं खचले नाही. तुमच्या हाताचा आधार मिळाला तर कुठल्याही वादळवाऱ्यात दगडासारखी उभी राहीन -- कुठल्याही काळोखातून तुमच्यासाठी रस्ता काढीन. पण — माझं एवढं ऐकायचं — तुम्ही शांत राहायला हवं — ऐकाल ना?

अप्पा : ऐकेन.

कावेरी : मी आत जाऊन येते.

अप्पा : पण कावेरी, तुला —

कावेरी : भिंतीचा आधार घेत जाईन मी. माझी काळजी करू नका. आता येते मी. मला समजलंच पाहिजे.

[कावेरी हलके हलके भिंतीच्या आधाराने आत जाते. अप्पासाहेबांची नजर अद्याप जमिनीशी जखडलेली आहे.]

अप्पा : कशासाठी जगतो आहोत आम्ही!

[अंधार पडतो. फक्त अप्पांवर एक प्रकाशझोत जळत राहतो.]

अप्पा : (पुढे येऊन)

टु बी ऑर नॉट टु बी
दॅट इज द क्वेश्चन!

जगावं की मरावं
हा एकच सवाल आहे.
या दुनियेच्या उकिरड्यावर
खरकट्या पत्रावळीचा तुकडा होऊन
जगावं बेशरम लाचार आनंदानं
की फेकून द्यावं हे देहाचं लक्तर

त्यात गुंडाळल्या जाणिवेच्या यातनेसह
मृत्यूच्या काळ्याशार डोहामध्ये?
आणि करावा सर्वांचा शेवट
एकाच प्रहारानं
माझा तुझा याचा आणि त्याचाही.
मृत्यूच्या महासर्पानं
जीवनाला असा डंख मारावा
की नंतर येणाऱ्या निद्रेला
नसावा जागृतीचा किनारा
कधीही
पण त्या निद्रेलाही
पुन्हा स्वप्न पडू लागलं तर
तर — तर
इथंच मेख आहे.
नव्या स्वप्नाच्या अनोळखी प्रदेशात
प्रवेश करण्याचा धीर होत नाही
म्हणून आम्ही सहन करतो
हे जुनं जागेपण
सहन करतो प्रेताच्या निर्जीवपणानं
अभिमानावर होणारे बलात्कार
अस्तित्वाच्या गाभाऱ्यात असलेल्या सत्त्वाची विटंबना
आणि अखेर करुणेचा कटोरा घेऊन
उभे राहतो खालच्या मानेने
आमच्या मारेकऱ्यांच्याच दाराशी.
विधात्या, तू इतका कठोर का झालास
एका बाजूला, आम्ही ज्यांना जन्म दिला
ते आम्हांला विसरतात
आणि दुसऱ्या बाजूला, ज्यानं आम्हांला जन्म दिला
तो तूही आम्हांला विसरतोस,
मग विस्कटलेल्या हाडांचे हे सापळे घेऊन
हे करुणाकरा,

आम्ही थेरड्यांनी
कोणाच्या पायांवर डोकं आदळायचं!
कोणाच्या — पायांवर — कोणाच्या

[खुर्चीवर बसतात; शेवटच्या शब्दांबरोबर काळोख नाहीसा होतो. अप्पा खुर्चीवर हरवलेपणाने बसले आहेत, नलू मान खाली घालून दाराजवळ उभी आहे, कावेरी बिछान्याच्या कडेवर हताशपणाने टेकलेली आहे आणि सुधाकर पलीकडच्या खिडकीतून शून्य नजरेने बाहेर पाहत आहेत असं दृश्य प्रकाशात प्रगट होते. एक दीर्घ शब्दविराम. गळचेपी करणारी स्तब्धता.]

कावेरी : (अगतिकतेने) माझं एकदा ऐकायचं —

अप्पा : काय सांगणार आहेस?

कावेरी : मुलीचा गैरसमज झाला. पाकीट कपाटातच सापडलं. आत्ता एवढ्यात. पण पोरीचा जीव बावरून गेला होता. आपले हाराचे पैसे ट्रंकेमध्ये होते. तिला या पैशाचं काहीच माहीत नव्हतं. तिला वाटलं —

अप्पा : (उफाळून) आपला बाप चोर आहे, आपली आई चोर आहे आणि मुख्य म्हणजे ती दोघं म्हातारडी आहेत, लुळीपांगळी आहेत, बेवारशी कुत्र्याप्रमाणे आपल्या आश्रयाला येऊन राहिलेली आहेत. त्यांच्या तोंडावर हे गलिच्छ आरोपाचं शेण फेकलं तर ते काय आपलं वाकडं करणार आहेत? सरकार, या दीडदमडीच्या कठपुतळ्यांना न्यायासनावर बसवून त्यांच्यासमोर इन्साफ मागण्याचीच नव्हे तर निरपराधी ठरण्याची देखील माझी इच्छा नाही. कारटे, मराठी रंगभूमीचा हा सार्वभौम राजा नटसम्राट गणपतराव बेलवलकर, गणपतराव जोश्यांचा पट्टशिष्य, खाडिलकर-गडकऱ्यांसारख्या दैवतांनी ज्याच्या पाठीवर हात ठेवला असा कलावंत, लक्षावधी रसिकांच्या आशीर्वादामुळे कुबेराहून श्रीमंत आणि इंद्रापेक्षा भाग्यवान झालेला रंगदेवतेचा पुजारी - त्याची तू अशी विटंबना करतेस? तो तुझा बाप झाला म्हणून? त्याच्याजवळ पैसे नाहीत म्हणून? म्हातारपणानं तो असहाय झाला म्हणून?

नलू : (धावत जाऊन त्यांच्या पायांवर हात ठेवते.) अप्पा, मी चुकले! मला क्षमा करा, अप्पा. तुमच्या लाडक्या कोकराला क्षमा करा!

अप्पा : (बाजूला जाऊन) खबरदार, चांडाळणी, त्या शब्दांचा उच्चार करशील तर! माझं एक लाडकं कोकरू होतं - होतं पण आता कुठं आहे ते! माझा भ्रम होता तो. गोजिरवाण्या कोकरासारखी एक मुलगी होती. एक

सशासारखा मुलगा होता. पण खरं म्हणजे ते माझे कोणीच नव्हते. आभाळ पाठीवर घेणाऱ्या हत्तींना विचारून पाहा. ते सांगतील, कोणीही कोणाचं नसतं. अंतराळात भटकणारा एखादा आत्मा आमच्या वासनेच्या जिन्यानं पृथ्वीवरच्या मातीत उतरतो आणि आम्हांला वाटतं की, आम्ही बाप झालो – आई झालो. पण खोटं, सगळं खोटं. आपण फक्त जिने असतो. फक्त जिने! (खुर्चीवर कोसळतात.)

सुधाकर : अप्पासाहेब, माझी विनंती आहे आपल्याला, आपण —

कावेरी : (उठून अप्पांकडे येण्याचा प्रयत्न करते.) मी काय म्हणते — माझं एकदा ऐकायचं — मला आता हे सहन होत नाही — छातीत कळ येते आहे — पण — आजची रात्र आपण — इथं काढायला हवी. उद्या सकाळीच आपण — मोरवाडीला जाऊ — मी खचले नाही — मी तिथं तुमच्यासाठी — तुमच्यासाठी — आई ग!

[छातीत असह्य कळ येऊन जमिनीवर कोसळते.]

नलू : आई! (धावते.)

अप्पा : सरकार! सरकार! —

[तिच्याकडे धावत जातात.]

पडदा

अंक तिसरा

प्रवेश पहिला

[नलूचे घर. दिवाणखाना. वेळ दुपारची. नलू एका आरामखुर्चीत सचिंत बसलेली आहे. सुधाकर फोनवर बोलतो आहे.]

सुधाकर : (फोनवर) हॅलो — एक्स्‌चेंज - मी कार्लेकर बोलतोय्. हे पाहा, जोशी, मी मुंबईला कॉल मागितलेला आहे — हो — अर्जंट — अर्धा तास झाला. आतापर्यंत मिळायला हवा होता. — हो — नंदन बेलवलकर किंवा मिसेस बेलवलकर — कोणीही — दहा पंधरा मिनिटांत! — थँक यू. जरा स्वत: लक्ष द्या — इट इज व्हेरी व्हेरी अर्जंट! ओके!

[फोन खाली ठेवतो.]

नलू : काय म्हणताहेत?

सुधाकर : लाईन बिघडली होती. आता चालू झाली आहे. दहापंधरा मिनिटांत मिळेल म्हणतात.

नलू : जरुरीच्या वेळी यांच्या लाइनी नेहमी बिघडलेल्या असतात. तरी बरं, धरणाची वस्ती आहे. पोलिसांकडे पुन्हा एकदा विचारून पाहा.

सुधाकर : (फोनवर) हॅलो — पोलीस ऑफिस? — जाधवसाहेब आहेत का? हॅलो इन्स्पेक्टरसाहेब, मी कार्लेकर-काही तपास लागतोय् का? — अद्याप काहीच नाही? — हो हो — मला कबूल आहे ते — नाही, आम्ही दोघंही परगावी गेलो होतो — कदाचित रात्रीही गेले असतील — हं — ठीक आहे. ठीक आहे. थँक यू.

सुधाकर : (खुर्चीवर बसतो) जवळपासच्या सगळ्या स्टेशनांना आणि गावांना कळवलंय त्यांनी. एस. टी. कडेही चौकशी केली आहे. पण चहूकडे रिपोर्ट यायला अजून बराच अवकाश लागेल असं म्हणताहेत.

नलू : रेल्वेनं गेले असणं शक्य नाही. आपण स्टेशनवरच्या प्रत्येक माणसाला विचारलं. मास्तर तर त्यांना ओळखतातही. त्यांच्या नक्की लक्षात आलं असतं.

[फोनची घंटा वाजते.]

सुधाकर : (फोनवर) हॅलो — ट्रंक — बॉम्बे? — स्पीकिंग – हॅलो, कोण नंदा? — (नलूला) तू बोलतेस?

नलू : मला नाही जमायचं ते. (डोळे पुसते.)

सुधाकर : (फोनवर) हॅलो — नंदा — मी सुधाकर बोलतोय राहीनगरहून. हो. एक वाईट बातमी आहे, नंदा. अप्पा आज सकाळपासून घरातून नाहीसे झाले आहेत — आम्ही नव्हतो इथं — सकाळी विठोबाला समजलं — नाही, कोणाला काही सांगितलं नाही — हो पोलिसात कळवलंय — आम्हीही तपास करतो आहोत — भ्रम होताच — तू परवा आला होतास तेव्हा पाहिलंस ना स्वत:? — पण कल्पनाच नव्हती — इथंच आहे — फार खचली आहे ती — पंधरा दिवसांत हा दुसरा प्रसंग — ठीक — तिकडे आलेच तर — हो फोनच कर — कळवीन — काय झालं सुहासला? ध्यास घेतलाय — नाही, यायची गरज नाही — हो, येऊ आम्ही — ठीक आहे— (फोन खाली ठेवून खुर्चीवर बसतो.)

नलू : मला वाटतं, आज उद्या तपास लागला नाही तर आपणच मुंबईला जावं. गाडी आलेली दिसते आहे. विठोबा —

विठोबा : (आतून) आलो, बाईसाहेब.

[ड्रायव्हर येतो.]

सुधाकर : काय रे?

ड्रायव्हर : काही पत्ता लागत नाही, साहेब.

सुधाकर : कुठपर्यंत गेला होतास तू?

ड्रायव्हर : दोन्ही रस्त्यांनी वीस–पंचवीस मैल जाऊन आलो. जवळपासच्या खेड्यांत तपास केला. कोणीही पाहिल्याचं सांगत नाही.

सुधाकर : ठीक आहे. जा तू विठोबा —

[ड्रायव्हर जातो.]

विठोबा : (प्रवेश करून) जी साहेब.

नलू : हे काय, बॅग कसली घेऊन आलास?

सुधाकर : तुला सांगायला मी विसरलो, नलू. तो नोकरी सोडतो आहे. मघाशी रुजवात करून गेला.

नलू : नोकरी सोडतो आहेस?

विठोबा : सोडली आहे, बाईसाहेब, आणि ही बॅग माझी आहे. आतले कपडेही माझेच आहेत. पाहिजे तर सगळी मोकळी करून दाखवतो.

नलू : शुद्धीवर आहेस का?

विठोबा : माफ करा, बाईसाहेब, पण...

नलू : कुठे जाणार आहेस तू!

विठोबा : तूर्त तरी अप्पासाहेबांचा शोध घेत फिरणार आहे गावोगाव.

नलू : आमच्यापेक्षा तुला जास्त कळकळ आहे अप्पांच्या शोधाची? आणि पोलिसांपेक्षा अधिक अक्कल आहे?

विठोबा : माफ करा, बाईसाहेब, अप्पासाहेबांकडे आपण आपले वडील म्हणून पाहता, आम्ही आमच्या राज्याचे सम्राट म्हणून पाहतो त्यांच्याकडे. शिवाजी-महाराज वारले तेव्हा त्यांच्या चितेमध्ये त्यांच्या कुत्र्यानं उडी घातली, बाईसाहेब. त्यांच्या मुलानं किंवा कोणा नातेवाइकानं नाही घातली. हे करार वेगळे, हे कायदे वेगळे. आणि पोलिसांचं म्हणाल तर त्यांना जमणार नाही ते कदाचित मला जमेलही. सक्तीच्या शहाणपणापेक्षा भक्तीचा मूर्खपणाही एखादे वेळी अधिक यशस्वी होतो... हे आपलं चोरलेलं वाक्य. अशा चोऱ्या करतो मी आणि, बाईसाहेब, चोराची पावलं चोराला कळतात त्याप्रमाणे नटाची पावलं नटालाच कळू शकतील कदाचित.

सुधाकर : विठोबा, तुला जायचं असलं तर जा. पण तू पुरता विचार केला आहेस असं वाटत नाही मला.

विठोबा : फार नाही, पण थोडा केला. फार विचार केला की माणूस भोवऱ्या-सारखा जागच्या जागी फिरायला लागतो. खड्डा पडतो, पण प्रगती होत नाही. — हे वाक्यही तसंच — दुपारपर्यंत थांबलो मी, साहेब. मग ठरवलं, आता वाट पाहण्यात अर्थ नाही. आपल्याशी बोलणं केलं आणि नंतर कळवणकरसाहेबांना फोन केला. मी नाटकात काम करीत नाही म्हणून त्यांना कळवलं. त्यांनाही आनंदच वाटला. कारण त्यांच्या मेव्हण्याला हे काम हवं आहे. तेव्हा आता काही पाश उरले नाहीत. आपल्या कृपेनं थोडी रक्कम जवळ आहे ती संपेपर्यंत गावोगाव फिरणार आहे. तपास लागला तर आपल्याकडे ताबडतोब कळवीन — नंदासाहेबांकडेही कळवीन — येतो साहेब, बाईसाहेब, — साडेचारची बस गाठायची आहे. आपण सांभाळून घेतलंत; आभारी आहे, नमस्कार.

[विठोबा जातो. फोनची घंटी वाजते. सुधाकर फोन उचलतो.]

सुधाकर : हॅलो — कोण जाधवसाहेब? फोटो हवे आहेत? आणि — बरं — मी येतो तिकडे — हो ताबडतोब येतो — (फोन ठेवतो) नलू, पोलीस

कचेरीत पुन्हा एकदा जायला हवं. जाधव वाट पाहताहेत. जाऊन येतो मी.

[सुधाकर कोट घेऊन बाहेर पडतो.

नलू सुन्नपणाने बसली आहे. बाहेरून गडगडाट ऐकू येतो. नलू एकदम दचकते व उठून दाराकडे धावते आणि जवळ जवळ किंचाळते]

नलू : जपून जा — सुधाकर — जपून जा — भयंकर वादळ होणार आहे — पाऊस पडणार आहे — जपून जा —

[नलू ओरडत बाहेर जाते. ढगांचा गडगडाट होत असतानाच काळोख होतो. पुढील प्रवेशाचा पडदा उघडेपर्यंत पावसाळी वादळाचे विविध आवाज कानावर पडत राहतात.]

अंक तिसरा

प्रवेश दुसरा

[कोठल्या तरी खेड्याच्या जवळ असलेले जंगल. अलीकडच्या बाजूला एक वेडावाकडा मुरमाचा रस्ता. रस्त्याच्या पलीकडे झाडांच्या जवळ एक खडक दिसत आहे.
आकाश अंधेरून आलेले असून बारीक पाऊस पडत आहे.
विजा चमकत आहेत. वेळ दुपारची. पण सूर्यप्रकाशाचा ठावठिकाणा नाही. अप्पा वेड्यावाकड्या स्वरात एक गाणे म्हणत प्रवेश करतात! अंगावरचे कपडे -- धोतर, सदरा व लांब कोट -- मळलेले, चिखलपाण्याने भिजलेले आहेत. डोक्यावरती टोपी नाही.]

अप्पा : (गातात)

अडगुलं मडगुलं
सोन्याचं कडगुलं
मखमली पायात
रुपेरी वाळा
अशा या पावसात
वादळवाऱ्यात
कुठे रे लाडक्या
जातोस बाळा!
आभाळ गर्जते
बिजली नाचते
नदीच्या डोहात
कालिया काळा
शपथ गळ्याची
नको रे नको रे
बाहेर जाऊस
लाडक्या बाळा!

[गाणे अर्धवट सोडून क्षणभर थांबतात. नंतर भोवतालच्या झाडा-झुडपांकडे आणि आकाशाकडे पाहून एखाद्या फेरीवाल्यासारखे ओरडतात.]

अप्पा : कुणी घर देता का घर
एका तुफानाला
कुणी घर देता का घर?
एक तुफान भिंतीवाचून छपरावाचून
माणसाच्या मायेवाचून देवाच्या दयेवाचून
जंगलाजंगलात हिंडतं आहे
जेथून कुणी उठवणार नाही
अशी जागा धुंडतं आहे —
कुणी घर देता का घर!
खरंच सांगतो, बाबांनो,
तुफान आता थकून गेलंय
झाडाझुडपांत डोंगरदऱ्यांत
अर्धअधिक तुटून गेलंय
समुद्राच्या लाटांवरती
वणव्याच्या जाळावरती
झेप झुंजा घेऊन घेऊन
तुफान आता खचलं आहे
जळके तुटके पंख पालवीत
खुरडत खुरडत उडतं आहे
खरं सांगतो बाबांनो,
तुफानाला तुफानपणच
नडतं आहे —
कुणी घर देता का घर!
तुफानाला महाल नको
राजवाड्याचा सेट नको
पदवी नको हार नको
थैलीमधली भेट नको
एक हवं लहान घर

पंख मिटून पडण्यासाठी
एक हवी आरामखुर्ची
तुफानाला बसण्यासाठी
आणि विसरू नका बाबांनो,
एक तुळशीवृंदावन हवं
मागच्या अंगणात सरकारसाठी!
सरकार — (रडू लागतो.)
सरकार —
सरकार —

[दगडावर जाऊन बसतात. रडणे अकस्मात थांबते. खिशातून एक कागदाचा पुडा काढतात आणि त्यातून काही खातात. हे सर्व होत असताना दोन-तीन खेडूत माणसे त्यांच्याकडे पाहत जातात. एक शेतकरी व त्याची बायको डोक्यावर पाट्या घेऊन येतात. पाहतात. जरा पुढे जाऊन कुजबुजतात व परत माघारी येतात.]

शेतकरी : म्हातारबाबा, पाऊसपाण्यात कशापायी बसलास रं इथं? वाट चुकलीया जनू?

अप्पा : (भानावर येऊन) तुम्ही माझ्याशी बोललात?

शेतकरी : जी. म्हनलं, वाट चुकलीया जनू?

अप्पा : नाही नाही, वाट चुकली नाही. मी वाट पाहतोय इथं.

बाई : कुनाची रं बाबा?

अप्पा : माझ्या बायकोची. सरकार म्हणतो मी तिला.

बाई : ती मागं राह्यली, व्हय?

अप्पा : ती नाही मागे राहिली. मी मागे राहिलो. पण पुढे गेली तरी ती मागे आल्याशिवाय राहणार नाही. कारण, अजून वृंदावन बांधून व्हायचं आहे.

[शेतकरी - बायको आपापसांत कुजबुजतात.]

शेतकरी : म्हाताऱ्या, तिकडं त्या मेरापाशी आमचं झोपडं आहे -- आमच्याबरोबर चल तिकडं आणि शेकाजवळ सुकानं बस थोडा वेळ. कुणी आलंगेलं तर पोरं पाहतील वाटेकडं.

बाई : असा पाऊसवाऱ्यात इथं रानात बसू नको बाबा. आभाळ भरून आलंय पुना. केव्हा फुटंल याचा नेम नाही. जरा इसावा घे. दोन घास आमच्या संगं खा अन् बायकू आल्यावर कुटं जायचं ते जा.

अप्पा : बायको आल्यावर? अरे बाबा, ती आता परत यायचीच नाही. देवाच्या घरी गेलेल्या माणसांनी पुन्हा या पृथ्वीवर परत यायचं? कशासाठी? काय आहे असं या पृथ्वीजवळ? अरे, नक्षत्रांच्या सभेमध्ये एकदा पृथ्वीला विचारलं, तुझ्याजवळ कोणती मूल्यवान वस्तू आहे? तिनं मोठ्या कौतुकानं पदराखालचा माणूस काढला आणि सर्वांना दाखवला. सगळी नक्षत्रं खदाखदा हसायला लागली. कारण तो माणूस नव्हताच. साडेपाच फूट उंचीचं ते एक मोठं झुरळ होतं—घाणीनं बरबटलेलं. माणसाचं झुरळ केव्हा झालं, हे बिचाऱ्या पृथ्वीला कळलंच नाही. आता काय राहिलंय तिच्याजवळ?

बाई : (आपापसांत) मी म्हनलं ना? काहीतरी विस्कटलंय बाबाचं.

शेतकरी : तू येत नाही म्हाताऱ्या? बघ, पाणी पडायला लागलंय पुना. ह्ये घोंगडं घे — घरी चल. अन् गरिबाची मीठभाकरी खा दोन दीस. मग जा कुटं आपल्या पोराबाळांत.

अप्पा : अहो, तुम्ही इतकी भली माणसं आहात; मग माझ्या पोराबाळांचं नाव कशाला काढलंत? जा, बाबांनो, सुखानं आपल्या घरी जा. लौकर जा. नाहीतर ती जंगलामधली भुतं असतात ना? दिवस मावळला की ती वाटा गुंडाळून टाकतात अन् ठेवून देतात कुठं तरी. मग आपल्याला जाताच येत नाही कुठेही. जा —

शेतकरी : बरंय बाबा.

अप्पा : आणि हे पाहा, तिकडं गेल्यावर त्या माकडाला म्हणावं, आता पुरे झालं,

शेतकरी :
बाई : माकड? कोणतं माकड?

अप्पा : नवल आहे. अजून तुमच्या कानावर आलं नाही? अहो, विराट आकाशापुढं उभं राहून एक माकड भयंकर आचरट चेष्टा करून राहिलंय. खुद्द शेक्सपियरनंच मला सांगितलंय. अशा आचरट आणि पाचकळ चेष्टा की त्या पाहून सैतान हसायला लागला आहे आणि देवाच्या डोळ्यांत पाणी आलं आहे. देवाच्या डोळ्यांत पाणी म्हणजे मामुली गोष्ट नाही, महाराज. देव जर एकदा रडायला लागला तर सारी पृथ्वी वाहून जाईल त्या पाणलोटात. माकडाला सांगा, काही कर पण देवाला रडायला लावू नको. लक्षात ठेवाल?

शेतकरी : व्हय लक्षात ठेवतो. तू नई येत?

अप्पा : नाही. जा आता. (ती दोघे जातात. अप्पा उठून मोठ्याने ओरडतात)

आणि सावधपणानं जा. सगळीकडे — जनावरं मोकाट सुटली आहेत.
— जनावरं मोकाट सुटली आहेत
सावध राहा
— पिंजऱ्यातली जनावरं — गुहांतली जनावरं
रानातली जनावरं — मनातली जनावरं
देवाला तुडवताहेत, इमारती पाडताहेत
पृथ्वीचा कबजा घेण्यासाठी
निखारलेल्या क्रोधाने
सैरावैरा धावताहेत —
सावध राहा!
भयाण जनावरं, लोकहो,
भयाण जनावरं
जिभांतून गळतो आहे, जाळ
    शिंगांना लटकले आहेत, डोळे
सुळ्यांवर खोचली आहेत, भेसूर हास्यं
सूडाचा जाळ पिऊन
वादळासारखी उधळली आहेत —
सावध राहा!
देवळं पडू द्या, इमारती कोसळू द्या
नगरं कोलमडू द्या, फुलबागा जळू द्या
उघड्या जमिनीवर पडलं आहे
एक माणसाचं मूल
गुलाबी रंगाचं गोजिरवाणं मूल
आकाशाकडे पाहून हसतंय
सूर्याचे किरण धरण्यासाठी
हात नाचवतंय्
तेवढं मूल सांभाळा फक्त
तेवढं मूल सांभाळा.
सावध राहा...
    [शेवटचे शब्द मोठ्याने उच्चारीत जंगलात निघून जातात.]
पडदा

अंक तिसरा

प्रवेश तिसरा

[मुंबई

एका नाट्यगृहाजवळचा परिसर. लोकांची फारशी ये-जा नसलेला, नाट्यगृहाच्या आवारातील एक भाग. मागच्या बाजूला दूरवर नाट्यगृहाचे काही बाह्यांग व त्यावरील नाटकाच्या पाट्या, दिवे इत्यादी सजावट दिसत आहे. अलीकडील बाजूला एक कट्टा असून पलीकडे हिरवळ पसरलेली आहे.

कट्ट्याच्या एका बाजूला एक दिव्याचा खांब आहे.

वेळ सायंकाळची.

बूटपॉलिश करणारा एक मुलगा — सुमारे सोळासतरा वर्षे वयाचा — कोठले तरी सिनेमा-गीत गात प्रवेश करतो, त्याच्या हातात बुटांचा एक जोड आहे.

आडव्यातिडव्या ताना मारीत तो कट्ट्याजवळ येतो. मागे वळून बारकाईने पाहतो आणि नंतर खाली बैठक मारून बुटांना पॉलिश करू लागतो.

बसल्या बसल्या तो पुन्हा एकदा मागे वळून पाहतो व ताडकन उठून विंगच्या बाजूला जातो व तेथून मोठ्याने ओरडतो :]

मुलगा : बाबा, प्यायला का पाणी? ए पोऱ्या, बाबाच्या पुढे कुठं घुसतोस! माझ्या बाबाला त्रास दिलास तर साल्या, हात तोडून टाकीन तुझा! चल, हट तिथून! थांब बाबा, मी आलो.

[आत जातो आणि अप्पांचा हात धरून त्यांना घेऊन येतो. अप्पांचा कोट आता नाहीसा झाला आहे. मळलेले धोतर लुंगीसारखे गुंडाळलेले आहे. सदरा जागोजाग फाटलेला आहे. डोक्यावरचे व तोंडावरचे केस अस्ताव्यस्त वाढलेले आहेत. हातात एक झाडाच्या फांदीची काठी आहे. पाठीत बाक आला आहे, नजर अधू झालेली आहे.]

मुलगा : (कट्ट्यावर फडके मारीत) बाबा, बैस इथं या कट्ट्यावर जरा. उगाच वणवण फिरतोस अन् डोकंही फिरवून घेतोस, हे नाय् चालायचं. बैस इथं.

अप्पा : (बसताना) हो, बसतो राजा. पण इथं बसलो तर कोणी रागावणार नाही ना?

राजा : हा रस्ता आहे. कुणाच्या बापाची खाजगी इस्टेट नाही. आपलं राज्य आहे हे बाबा. तुला कोणी हटकलं तर थोबाड फोडून काढीन साल्याचं.

अप्पा : अरे, असं रागावू नये, राजा.

राजा : बाबा, हे साले गुबगुबीत घरात राहतात कबुतरांसारखे, आणि आम्ही रस्त्यावर टेकलो तर आम्हांला लाथा मारायला येतात. राग का नाही यायचा? बरं, ते मरू दे. वैताग साला! तू सिग्रेट पितोस का?

अप्पा : हो हो —

राजा : फर्मास आहे - चार मिनार. घे. (सिगारेट देतो व स्वत: एक घेतो. दोन्ही सिगारेटी पेटवून) चार झुरके मार. तोवर मी पॉलिश मारतो या बुटाला. उशीर झाला तर तो पकोडीवाला बोंबलेल साला. बैस निवांत. आता कुठंही जायचं नाही. (बसून पॉलिश करू लागतो.)

अप्पा : नाही जात. पण राजा, मागं ही मोठी इमारत कसली रे?

राजा : (काम करीत) ते थेटर आहे बाबा, नाटकाचं. बहोत लोग आते है इधर. पण सगळे गाडीवाले अन् माडीवाले. खेळाचे दरच तसे असतात. पण हिंमत करून नाटक काय चीज असते हे आपल्याला पाहायचंय एकदा. या कंपनीचे खेळ फार टॉप आहेत म्हणतात. तू कधी नाटक पाहिलं आहेस का, बाबा?

अप्पा : दुसरं काहीच पाहिलं नाही राजा, मी. त्यामुळेच सगळा घोटाळा झाला... कोणता खेळ लागलाय इथं?

राजा : खेळाचं नाव - ती बघ मोठी पाटी लागली आहे तिकडे. (उठून वाचतो) आ — थे — लो. (हसतो.) डबल ल काढलाय साल्यानं. त्याच्या बापाला तरी वाचता येईल का डबल ल? अन् उद्याच्या खेळाचं नाव आहे जू - ली - यस - सी - झर - तिथेही चुकला साला. (बसतो.) श्रीधर लिहायचं तर सीझर लिहून ठेवलंय. काही तरीच नावं देतात. परवा इथं एक खेळ लागला होता बाबा, काय फर्मास नाव होतं, बायकोचं तुटलं, नवऱ्याचं फावलं. ऐसी टायटल होना चाहिये. या नाटकाची श्टोरी ठाऊक आहे तुला बाबा?

अप्पा : हो, फार भारी स्टोरी आहे बेटा. ऑथेल्लो नावाचा एक जंगली माणूस असतो.

राजा : डबल ल?

अप्पा : डबल ल. फार शूर, सच्चा आणि दिलदार असतो तो. रोम नावाच्या देशाचा

तो राजा होतो. नाही – नाही – एका लहानशा राज्याचा सेनापती होतो तो. रोमचा राजा सीझर.

राजा : श्रीधर नाही?

अप्पा : नाही सीझर.

राजा : म्हणजे आम्हीच गाढव! बरं पुढं?

अप्पा : त्या ऑथेल्लोनं एका श्रीमंत सरदाराच्या मुलीशी लग्न केलं. चोरून, बापाला न कळवता.

राजा : म्हणजे बाहेरच्या बाहेर लाइन मारली!

अप्पा : पुढं लग्न झाल्यावर त्याला बायकोसंबंधी संशय यायला लागला.

राजा : छिनाल निघाली?

अप्पा : ती बिचारी साध्वी होती सीतासावित्रीसारखी. पण त्याच्या एका नोकरानं त्याच्या मनात विष कालवलं. त्याला वरचा हुद्दा मिळवायचा होता अन् मालकीणही मिळवायची होती.

राजा : साला! हे सगळे वीलन ठेचले पाहिजेत. नसत्या भानगडी करतात लेकाचे. (पॉलिश–काम आटोपते. बूट घेऊन उभा राहतो.) बाबा, त्या पकोडीवाल्याला बूट देऊन येतो. नाटकाच्या इंटरवलचीही घंटा झाली. पाहतो एखादं गिऱ्हाइक मिळतं का. तू बसून राहा इथं. आता येतो मी, पालिश — पालिश —

[मुलगा ओरडत दुसऱ्या बाजूला जातो. थिएटरच्या दिशेकडे थोडासा गलका होतो. अप्पा सिगरेटचे झुरके मारीत संतुष्ट नजरेने सभोवार पाहत असतात. दोन प्रेक्षक बोलत बोलत कट्ट्याजवळ येतात व पुड्यातील वेफर्स खात बाजूला उभे राहतात.]

एक प्रेक्षक : (वयस्क) : अरे हट्, हा कसला ऑथेल्लो! हा कपबशी नाटकाचा हीरो! हेअर कटिंग सलूनमधले वास आपल्याबरोबर स्टेजवर घेऊन येणारा. तू गणपतरावाचं काम पाहिलं होतंस का?

दुसरा प्रेक्षक : कोण गणपतराव? जोशी?

पहिला प्रेक्षक : जोशी कोणी पाहिले आहेत? मी गणपतराव बेलवलकराचं म्हणतोय. त्यानं स्टेजवर पाऊल टाकलं की आफ्रिकेचं घनघोर जंगल मनामध्ये शिरत असे. तो संतापानं उसळला की वाटायचं स्टेजवर पेट्रोलची वखार धडाडून पेटली आहे. आह्, काय तो तिन्ही सप्तकांतून चित्त्यासारखा धावणारा स्वर! काळजात घुसणारा अभिनय! अरे, बेलवलकरानं नुसती मूठ आवळली तर आपले प्राण तिच्यात सापडले आहेत असं प्रेक्षकांना वाटायचं. उगाच नाही

महाराष्ट्रानं नटसम्राट म्हणून डोक्यावर घेतलं त्याला. कुठे ते गौरीशंकर आणि कुठे ही वारुळं!

दुसरा प्रेक्षक : हा वयाचाही परिणाम आहे, साहेब. पन्नाशी उलटली की माणसाला आपल्या पाठीमागे सगळेच गौरीशंकर दिसायला लागतात, आणि पुढे वारुळं!

पहिला प्रेक्षक : तू बेलवलकराला कधी पाहिला नाहीस?

दुसरा प्रेक्षक : नाही. त्यांच्या सुरस दंतकथा फक्त ऐकल्या आहेत. चला, दुसरी घंटा झाली —

पहिला प्रेक्षक : तो पाहा, तो म्हातारा तिथे बसला आहे ना? असाच चेहरामोहरा अन् अशीच अंगलट.

दुसरा प्रेक्षक : आणि तरीही नटसम्राट?

पहिला प्रेक्षक : अरे, हा एक रस्त्यावरचा भिकारी आहे. तो रंगभूमीचा राजा होता. फक्त साधारण साम्य लक्षात घे.

दुसरा प्रेक्षक : घेतलं, आता जाऊ या. एकच अंक राहिला आहे आता.

[जाऊ लागतात. जाताना पहिला प्रेक्षक अप्पांजवळ थांबतो व हातातील पुडा त्यांच्या हातावर ठेवतो.]

पहिला प्रेक्षक : हे घ्या, बुढ्ढेबाबा.

अप्पा : मेहेरबानी आपली — (ते जात असताना) अहो, तुम्ही माझ्यासंबंधी बोलत होता?

पहिला प्रेक्षक : नाही, आजोबा. आम्ही बेलवलकरांविषयी बोलत होतो.

अप्पा : गणपतराव बेलवलकर?

पहिला प्रेक्षक : तुम्ही ओळखता त्यांना?

अप्पा : अहो, एकाच कंपनीत होतो की आम्ही. गेला बिचारा.

पहिला प्रेक्षक : गणपतराव गेले? वर्तमानपत्रांत तर कधी आल्याचं आठवत नाही.

अप्पा : कसं येणार? बातमीदारांना बोलवायला विसरले ते. जाऊ द्या हो. अगदी क्षुल्लक बाब आहे. अखेरी मरण म्हणजे काय? एक तांब्याभर पाणी, खऱ्याखोट्या अश्रूचं. पैसाअडका असला तर अग्रलेख, फार फार तर शेपन्नास लोकांचं "आता आपण अर्धा मिनिट उभं राहू या!" खरं सांगतो तुम्हांला, मेल्यामुळे आपण किती मरतो हे जर जिवंत माणसांना कळलं ना, तर कोणीही मरायला तयार होणार नाहीत– आणि जगायलाही! बस, बेलवलकर गेला, बरं झालं.

दुसरा प्रेक्षक : म्हाताऱ्याच्या भ्रमातही शहाणपणा शिल्लक राहिलेला दिसतो. चला, एकच अंक राहिला आहे आणि तोही आता अर्धा झाला असेल.

पहिला प्रेक्षक : आजच ऐकतो आहे ही बातमी. खातरजमा करून घ्यायला हवी.

[दोघे प्रेक्षक जातात. दुसऱ्या बाजूने 'राजा' येतो.]

राजा : काय म्हणत होते ते?

अप्पा : (हसतात) गंमत केली त्यांची! बेलवलकर मेला म्हणून सांगितलं त्यांना.

राजा : कोण साला बेलवलकर?

अप्पा : नट होता.

राजा : मेला नाही तो?

अप्पा : मला तरी काय माहीत? कोण जगतं अन् कोण मरतं! फक्त कावळ्यांजवळ याद्या असतात त्यांच्या. पण भले लोक होते. मला हे खायला दिलं त्यांनी.

राजा : फेकून दे ते बाबा. उष्ट्याखरकट्याची अशी भीक घेत जाऊ नकोस कुणाची. तुला भूक लागली आहे ना?

अप्पा : नाही लागली. खरं म्हणजे कळतच नाही.

राजा : ही पाहा फर्मास मऊ पापडी आणली आहे तुझ्यासाठी. घे. (पुडा देतो आणि खाली जमिनीवर बसतो.) बाबा, तू माझं ऐकणार आहेस का?

अप्पा : ऐकेन, राजा, ऐकेन.

राजा : बस्. राजा! अशी प्रेमानं आपल्याला कुणी हाकच मारली नाही. बस् ठरलं, बाबा. मी आज तुला माझ्या घरी घेऊन जाणार!

अप्पा : (कौतुकाने) तुला घर आहे, राजा?

राजा : अरे, घर म्हणजे खास बाँबेवाल्यांचा अस्मानमहाल. तिकडे रेल्वेचा पूल आहे ना, त्याच्या कमानीखाली. पण जागा आरामशीर आहे, बाबा. आणि आपण आपल्या वस्तीत शेर आहोत. पंचवीसतीस लोक राहतो दोन कमानींत. पण सगळे मानतात आपल्याला. आपणही रोज रुपया दीड रुपया खर्च करतो सगळ्यांसाठी. कुणाचं चहापाणी, कुणाची हातभट्टी, कुणाची पावरोटी. एक म्हातारी घाटीण आहे आपल्या अस्मानमहालात. ती आपल्याला भाकरी करून देते. गरमागरम, फर्मास. आज रातला पाहशीलच तू. आपण भाकरीचे पैसे देतो अन् दवापाणीही करतो तिचं. अरे पैसा काय जाळायचा आहे? साल्या रांडाही मिळवतात तो. माणसं तगवली पाहिजेत. बाबा, माणसं तगवली पाहिजेत.

अप्पा : (मुलाचे डोके हाताने कुरवाळीत) राजा, किती चांगला आहेस तू? तुझे आईबाप इथे नाहीत, राजा?

राजा : बाबा, तुला तुझ्या पोरांनी टाकलं, मला माझ्या आईबापांनी टाकलं.

अप्पा : (रागावून) तुला टाकलं? माझ्यासमोर घेऊन ये. चामडी सोलीन त्यांची! बदमाष!

राजा : ते आहेत दोनशे मैलांवर! अन् बाबा, ते तरी काय करणार? घरात आठ तोंडं खाणारी आणि चार हात कमावणारे. मी शाळा सोडली अन् एस. टी. वर हमाली करायला लागलो. पण तरी भागेना सालं. एक दिवशी रागाच्या भरात बापानं लाथा मारल्या अन् घराबाहेर काढलं. मी तडक निघालो तो मुंबईला आलो. चार पाच रुपये आता कसेही कमावतो इथं.

अप्पा : तुला घरच्या माणसांची आठवण होत नाही, राजा?

राजा : साला वेळ कुणाला आहे, आठवण करायला? आणि आता आपण सेप्रेट झालो. मागचा रस्ता तुटला, आता पुढच्या रस्त्याचा विचार.

अप्पा : शाबास? हे सेप्रेट व्हायचं माणसाला जमलं पाहिजे.

राजा : तुमच्या शहाण्यासुरत्या लोकांचं हेच फार चुकतं, बाबा. आई, बाप, भाऊ, बहिणी, काका, मामा, तुम्ही सगळे एकमेकांच्या तंगड्यांत तंगड्या घालता आणि म्होरं पळायची खटपट करता. सगळे आदळता अन् सगळे बोंबलता. या गुंत्यात तू सापडलास म्हणूनच तुझं डोकं भणकलं ना? बाबा, देव माणसाला दुनियेत पाठवतो तो अमक्याचा बाप अन् तमक्याचा मुलगा अशा चिठ्ठ्या लावून पाठवीत नाही. काळजाच्या वाटेनं आपल्या वस्तीत येतील ते खरे. बाकी सब झूट! वैताग साला नुसता! बाबा, आता तुला बरं वाटतंय ना?

अप्पा : खूप बरं वाटतंय, राजा. तळघरातून बाहेर आल्यासारखं वाटतंय.

[सभोवारचा प्रकाश एकदम कमी होतो. आसपासचे बरेच दिवे मालवल्यामुळे कट्ट्याजवळील खांबावरचा दिवा आणि नाट्यगृहावरील दोन ट्यूब्स फक्त प्रकाशत राहतात.]

अप्पा : (दचकून) एकदम उजेड पुन्हा कमी झाला, राजा? की मलाच काही —

राजा : नाटक संपलं, बाबा. म्हणून दिवे घालवले. आठ वाजायला आले असतील — चल घरी आता. (उठतो.) काळजाचा करार आहे आपला. तू आता कुठे वणवण फिरायचं नाही, वेडंवाकडं खायचं नाही, ताळ सोडून बोलायचं नाही. आरामानं वस्तीवर राहायचं अन् मोठ्या हातानं वस्तीचा कारभार करायचा. कबूल?

अप्पा : कबूल! तू सांगशील ते करीन. राजा, तू सांगशील ते करीन.

[विठोबा प्रवेश करतो. पुढे जाऊन अप्पांच्या पायांवर डोके ठेवतो.]

विठोबा : अप्पासाहेब —

अप्पा : (घाबरून उठतात) कोण? कोण आहेस तू? माझी नजर दुबळी झाली आहे, मी सांगतो. कोण तू?

विठोबा : (बाजूला होऊन) अप्पासाहेब, मला ओळखलं नाही तुम्ही? मी तुमचा विठोबा.

अप्पा : विठोबा? म्हणजे हॅम्लेटच्या बापाचं भूत?

राजा : या माणसाला ओळखतोस तू, बाबा?

अप्पा : हो, हो. हा माणूसच आहे. भुताचं काम करतो, पण माणूसच आहे. काही भुतं माणसाची कामं करतात. पण हा त्यांतला नाही. हा मुळातच माणूस आहे. विठोबा, तू इथं कसा आलास? कशासाठी आलास?

विठोबा : देव माझ्या नवसाला पावला, अप्पासाहेब. नटाची पावलं नटाला ओळखू आली. मी मुंबईपर्यंत तुमचा माग काढला आणि मग नंदासाहेबांकडे जाऊन सर्वांना बोलावून घेतलं. दोन दिवस सगळ्यांनी मुंबई पालथी घातली. आज मी थिएटरं पाहायला सुरुवात केली. म्हटलं, एखाद्या नाटकाच्या जवळपास तुमची भेट व्हायची. आणि तसंच घडलं. अर्ध्या तासापूर्वी इथं येऊन गेलो आणि इथं बसलेलं बघितलं तुम्हांला. माफ करा, अप्पासाहेब, तुम्ही एखादेवेळी मला दाद देणार नाही अशी भीती वाटली मला. मी तसाच नंदासाहेबांच्या घरी गेलो आणि घेऊन आलो सर्वांना. मी टॅक्सीनं पुढे आलो, बाकी मंडळी साहेबांच्या कारमधून येताहेत.

अप्पा : (पुन्हा हरवल्यागत होऊन) सर्व मंडळी येताहेत.

विठोबा : होय. सर्व.

अप्पा : ठमीसुद्धा?

विठोबा : हो. नाही म्हटल्यावर आकांत केला पोरीनं आणि आधीच जाऊन बसली गाडीत.

अप्पा : आणि — आणि — खरं सांग, सरकार — माझी कावेरीही आहे त्यांच्याबरोबर?

विठोबा : (डोळे पुसतो) अप्पासाहेब —

अप्पा : तू रडतो आहेस. हो — मला आठवलं — कावेरी जिवंत नाही. कॉर्डेलियासारखी मेली आहे ती. परमेश्वरा, घोड्याला, उंदराला जिवंत राहता येतं आणि माझ्या कावेरीला मात्र नाही! नाही — ती आता कधीच परत येणार नाही! कधीच नाही! — कधीच नाही! — कधीच नाही!

राजा : बाबा, मागचा रस्ता तुटला आहे हे ध्यानात ठेव. तू पुन्हा त्या तळघरात शिरायला लागलास. हे लोक तुला घरी नेतील, फाटक्या शेल्यासारखा बासनात बांधून ठेवतील, आणि पुन्हा बैदा करतील तुझ्या डोक्याचा. तू हवेसारखा मोकळा राहशील तर सुखानं जगशील. आता जाऊ नकोस कुठं.

अप्पा : नाही जाणार, राजा, मी आता कुठंच जाणार नाही. विठोबा —

[बाहेर हॉर्न वाजतो.]

विठोबा : गाडी आली, अप्पासाहेब. सगळी आली. (बाजूला जाऊन) इकडे — बाईसाहेब, इकडे —

अप्पा : मला धरून ठेव, राजा. मी खाली पडेन की काय, भीती वाटते मला.

राजा : तू बैस पाहू इथे. (त्यांना कट्ट्यावर बसवतो.) मी पाहतो, तुला कोण घेऊन जातात ते.

[नलू, शारदा, नंदा, सुधाकर आणि सुहास प्रवेश करतात. कट्ट्याकडे लगबगीने जातात. पुढे गेल्यावर अप्पांचे रूप, त्यांचा वेष पाहून सर्वजण जागच्या जागी गोठून उभे राहतात.

ठमी क्षणभर डोळे रोखून पाहते. आणि नंतर आईचा हात तोडून तीरासारखी पुढे धावते आणि 'अप्पा-आजोबा' म्हणत त्यांच्या कमरेला मिठी मारते.

नलूला एकदम हुंदका येतो... कासावीस होऊन ती सुधाकराच्या हाताचा आधार घेते. शारदाही डोळ्याला पदर लावते. नंदाला काय बोलावे समजत नाही. विठोबा बाजूला जाऊन उभा राहतो — डोळे पुसतो.

मुलगा — राजा — सर्वांकडे साशंक नजरेने पाहतो आणि अप्पांच्या जवळ काहीशा आव्हानात्मक आविर्भावात उभा राहतो. अप्पांचा क्षोभ आता ओसरला आहे.]

सुहास : आजोबा! कित्ती कित्ती वाईट आहात तुम्ही!

अप्पा : (तिला कुरवाळीत) ठमे! गधडे! भवाने! कुठे हरवली होतीस?

सुहास : खोटं बोलू नका. मी नव्हते हरवले, तुम्ही हरवला होता. आता पुन्हा असं हरवायचं नाही, सांगून ठेवते.

शारदा : सुहास —

अप्पा : नाही हरवणार भामटे. आणि हरवलो तर पुन्हा सापडणार नाही असा. जा, आईकडे जा बेटा. कारटे, कचऱ्याच्या कुंडीसारखा झालोय मी. आठ दिवस अंग घासत बसावं लागेल तुला. जा — शहाणी आहेस —

[सुहास आईकडे जाते.]

राजा : बाबा, उशीर झालाय. आपल्याला घरी जायला हवं आता.

नलू : (कोंडलेल्या स्वरात) अप्पा, आता कुठंही जायचं नाही. आमच्याबरोबर येणार आहात तुम्ही.

नंदा : अप्पा, आम्हां सर्वांना क्षमा करायला हवी तुम्ही. तुम्ही माझ्याकडे, नलूकडे कुठेही राहा — कसलाही त्रास होणार नाही तुम्हांला. (पुढे होऊन) चला अप्पा—

राजा : (अप्पांच्या पुढे येऊन) साहेब, या म्हाताऱ्याला मी माझ्या घरी घेऊन जाणार आहे. तुम्ही सोडला, मला सापडला. तुमच्या दुनियेतला राहिला नाही तो आता. कोण पुन्हा त्याला डोकं ठेचायला घेऊन जातात ते पाहतो मी. चल बाबा —

सुधाकर : बदमाष! तुझा काय संबंध त्यांच्याशी! घरी नेऊन लुबाडायचं आहे त्यांना? हटतोस की नाही बाजूला! विठोबा, गाडीजवळ इन्स्पेक्टरसाहेब उभे आहेत. बोलावून आण त्यांना. (विठोबा जाण्यापूर्वीच मोठ्याने हाक मारतो) जाधवराव — जाधवराव—

राजा : कुणाच्या बापाला भीत नाय मी! मी सोडणार नाही माझ्या बाबाला.

[पोलीस वेषातील जाधवराव येतो.]

जाधवराव : काय झालं, सुधाकर?

सुधाकर : हा मवाली अप्पांना आमच्याबरोबर येऊ देत नाही. त्यांना घरी घेऊन जायच्या गोष्टी करतोय.

जाधवराव : (राजाकडे जाऊन) काय रे? बाजूला हो —

राजा : होणार नाही! माझा बाबा आहे तो. यांचा कोणी नाही —

जाधवराव : (हात ओढून राजाच्या तोंडावर पालथ्या हाताचा फटका मारतो.) हलकट! — (गच्ची मारून बाजूला ढकलतो.)

राजा : (तोंडातून, नाकातून वाहणारे रक्त सदऱ्याच्या पदराने पुसत) बाबा, तू जाऊ नकोस. माझी शपथ आहे तुला!

जाधवराव : (त्याचं सामान त्याच्याकडे फेकून) चल चालता हो इथून! क्षणभर थांबलास तर — (त्याच्या अंगावर जातो.)

अप्पा : (आवेगाने उठून पुढे येत) बस! तलवारी म्यानबंद करा. रात्रीच्या दहिवरानं गंजून जातील त्या. ईश्वरानं तुर्कांपासून आमचं रक्षण केलं आणि

आता आम्हीच परस्परांचा संहार करायला लागलो आहोत. बस! एकदम बंद. इन्स्पेक्टरसाहेब, हे थिएटर आहे. माझं राज्य आहे. मी अप्पा बेलवलकर, नटसम्राट तुम्हांला सांगतो आहे—तुम्ही इथून निघून जा. या थिएटरच्या जगात सगळं खोटं आणि म्हणूनच सगळं चांगलं आहे. तिकडच्या दुनियेत जा, जिथे खरे शर्विलक खऱ्या चोऱ्या करताहेत, खरे वृंदावन खऱ्या वसुंधरांवर बलात्कार करताहेत, खरे मॅक्बेथ आपल्या मित्रांचे खून पाडताहेत, तिकडे गरज आहे तुमची. (ओरडतो) जा.

सुधाकर : जाधवराव, कृपा करून गाडीजवळ थांबा तुम्ही.

[जाधवराव जातो. अप्पा राजाजवळ येऊन त्याच्या डोक्यावरून, तोंडावरून हात फिरवतात.]

अप्पा : माझ्या राजाला मारलंत तुम्ही. राजाला नाही, मलाच मारलंत तुम्ही. हे रक्त राजाचं नाही. माझं रक्त आहे हे.

नलू : अप्पा, माझं ऐकणार नाही तुम्ही? तुमच्या कोकरावरचा तुमचा राग अजून गेला नाही?

अप्पा : माझ्या लाडक्या कोकरा, रागालोभाची किल्मिषं आता माझ्या मनात शिल्लकच राहिली नाहीत... नाही, लाडक्यांनो, मी कोणावरही रागावलो नाही. चैत्रातली सोनेरी सकाळ माझ्या अंगातून झिरपते आहे. नव्या नाटकाचा पडदा वर जायची वेळ आहे ही. तिसरी घंटा वाजते आहे. धूपाचा सुवास हवेत दाटला आहे. ऑर्गनवरून नांदीचे सूर ऐकू येत आहेत. आणि माझी नटी तर आगंतुकपणानं अगोदरच स्टेजवर जाऊन बसली आहे. माझी वाट पाहात. राजानं मला सांगितलं आहे हे थिएटर आहे म्हणून. बस, आणखी काय हवं? राजा, माझ्याजवळ ये बाळ. ठमे, तूही ये, भवाने. (दोघांना जवळ घेतो.) नटाजवळ शेवटी शिल्लक राहतं ते फक्त नाटक. कर्णानं मरताना आपला सोन्याचा दात काढून दिला. मी नाटकाशिवाय काय देणार तुम्हांला?

नंदा : अप्पा, ही मुंबई आहे. चार माणसं जमली तर जन्माची बेअब्रू होईल तुमची आणि आमचीही. मी पाया पडतो, अप्पा, तुमच्या — आता इथून —

अप्पा : (मागे एकटा कट्ट्यावर जाऊन) दूर व्हा! मी सांगतो दूर व्हा. या प्रार्थना निरर्थक आहेत. दया दाखवा म्हणून हा ज्यूलियस सीझर कोणाची प्रार्थना करीत नाही, आणि कोणी प्रार्थना केली म्हणून त्याच्यावर दया दाखवीत नाही. सीझर अचल आहे, उत्तरेकडच्या नक्षत्रासारखा--ज्याच्या अढळपणाला तोड नाही साऱ्या तारांगणात. आकाशावर चितारलेल्या आहेत

लक्षावधी ठिणग्या. प्रत्येक जळते आहे, चमकते आहे. पण आपल्या जागेवर स्थिर राहणारी फक्त एकच – ध्रुवाची चांदणी. अगणित माणसांच्या या दुनियेतदेखील असा एकच माणूस मला माहीत आहे की, जो आपल्या जागेवर ठामपणानं उभा राहतो. आणि तो मी आहे. तो मी आहे ज्यूलियस सीझर — मी आहे ऑथेल्लो — मी आहे प्रतापराव, सुधाकर आणि हॅम्लेट. आणि मी आहे गणपतराव बेलवलकर, नटसम्राट. सगळे महापुरुष माझ्या देहाच्या शामियान्यात राहायला आले आहेत — आणि महापुरुषांची छाती म्हणजे मारेकऱ्यांच्या कट्यारींना कायमचं आव्हान! चिरंतन आव्हान! ते पाहा — ते पाहा मारेकऱ्यांनी आपल्या कट्यारी उपसल्या आहेत. मला — या ज्यूलियस सीझरला मारण्यासाठी. मला चहूबाजूंनी घेरलंय त्यांनी. तो मारेकरी ओरडतोय — मारा मारा! कट्यारी चालवा — (स्वतःच्या छातीवर कट्यारी मारल्याचा आविर्भाव करतात.) चालवा कट्यारी! (धडपडत पुढे जातात.) ओह! (एक कट्यार लागल्याचा अभिनय करीत) कोण – कोण – ब्रूटस तूसुद्धा? — मग मर — सीझर - मर - (खाली कोसळतात. सगळे किंचाळतात, धावतात.)

राजा : (धावतो) बाबा! (अप्पांजवळ बसतो.)

अप्पा : असं - नाटक असतं - राजा - असं —

पडदा

'नटसम्राट' आणि मी : एक नातेसंबंध

श्रीराम लागू

इ. स. १९६९च्या जानेवारीत मी आफ्रिकेहून भारतात परतलो तो माझा वैद्यकीय व्यवसाय बंद करून पूर्ण वेळ अभिनयाच्या क्षेत्रात काम करण्याचा निर्णय घेऊनच. एका वर्षाच्या अवधीत मला काही व्यावसायिक नाटके मिळालीही. पण एकंदरीत माझी त्या वर्षातली कामगिरी निराशाजनकच होती. 'इथे ओशाळला मृत्यू'मधली माझी संभाजीची भूमिका वाईट झाली. 'वेड्याचं घर उन्हात' पार पडले. 'उद्याचा संसार' कोसळला. खानोलकरांचे 'गुरु महाराज गुरु' आपटले. 'राजे मास्तर' पडले. 'आधे अधुरे' कसेबसे चालले. 'काचेचा चंद्र' सुरुवातीला अजिबात चालत नव्हते. 'गिधाडे' मात्र पहिल्याच प्रयोगापासून उंच उसळले; पण ते पडले प्रायोगिक!

एक दिवस 'गिधाडे'चा सकाळचा प्रयोग करून मी तेजपाल नाट्यगृहातून बाहेर पडत होतो — तो मला एका मध्यमवयीन शालीन गृहस्थांनी अत्यंत मृदू आवाजात साद घालून थांबवले. म्हणाले, ''मी रामकृष्ण नाईक. ('रामक्रीश नायक' असा उच्चार!) 'गोवा हिंदू असोसिएशन' या आमच्या संस्थेच्या रौप्यमहोत्सवी वर्षात आम्ही शिरवाडकरांचं नवीन नाटक करायचं ठरविलं आहे. तुम्ही त्यात काम करावं अशी आमची इच्छा आहे.'' त्यांनी एक भली जाड फाईल माझ्यासमोर धरली. शिरवाडकर आणि 'गोवा हिंदू', दोन्हींच्या कर्तृत्वाबद्दल आदरच होता. तेव्हा फाईल घेत मी म्हटले, 'नाटक वाचून आवडले तर अवश्य करीन.'

नाटकाची संहिता घेऊन पार्ल्याला घरी आलो. तात्यासाहेब शिरवाडकरांचे नवे नाटक म्हणून उत्सुकता अनावर होती. लगेचच नाटक वाचायला घेतले आणि पाच-दहा मिनिटांत त्यात पुरता गुरफटून गेलो. अप्पासाहेब बेलवलकरांच्या षष्ठ्यब्दीचा आनंदसोहळा साक्षात समोर उभा ठाकला. निवृत्त झालेला तो वृद्ध नटसम्राट हजारो प्रेक्षकांसमोर उभा राहून आपले भरून आलेले मन अगदी मोकळेपणाने, भाबडेपणाने पण मोठ्या सकस आणि काव्यमय भाषेत रिकामे करतो आहे. नाजूक, सुगंधी फुलांचा सतत वर्षाव व्हावा तसे सारे प्रेक्षक त्या मनोगताच्या

आनंदात, कारुण्यात, रागलोभात आणि प्रेमात न्हाऊन चिंब होताहेत असे लाभसवाणे दृश्य मी चांगले अर्धा-पाऊण तास सर्वांगांनी भोगत होती!

'भूमिका जगणे' म्हणजे काय हे मी खूप काळानंतर उत्कटतेने अनुभवले.

मराठी नाटकात इतके अद्‌भुत लिखाण मी पूर्वी वाचले नव्हते. नंतरही वाचलेले नाही. नाटक नाकारण्याचा प्रश्नच नव्हता. काय वाटेल ते झाले तरी हे नाटक आपण करायचेच अशी खूणगाठ मनाशी बांधली आणि ताबडतोब माझा होकार मी 'गोवा हिंदू'ला कळवला.

मग विचारणा झाली, मी 'नाईट' किती घेणार? त्या वेळी माझी 'नाईट' शंभर रुपयांवरून एकशे पंचवीस रुपयांवर गेली होती. माझे ज्येष्ठ नाटककार मित्र वसन्तराव कानेटकरांबरोबर मी निरोप पाठविला, "शून्य रुपयांपासून सव्वाशे रुपयांपर्यंत जी मिळेल ती 'नाईट' घेणार. पण मला हे नाटक करायचे आहे!" मग माझी निवड पक्की झाली.

नाटकाचे दिग्दर्शन पुरुषोत्तम दारव्हेकर करणार होते. पण त्यांना नागपूरमधल्या त्यांच्या नोकरीमधून फक्त एक महिन्याची सवड मिळणार होती. तेव्हा, एका महिन्याच्या तालमीत नाटक बसवणे भाग होते. सर्वार्थाने एवढे मोठे नाटक इतक्या थोड्या वेळात बसवायचे या कल्पनेने माझी छातीच दडपून गेली. मग नोव्हेंबरमध्ये प्रत्यक्ष तालमी सुरू होण्याआधीच मी माझ्या मनाशीच तालमी करायला सुरुवात केली. त्या आधी (किंवा नंतरही) कधीही न केलेली एक गोष्ट मी केली. माझी जवळजवळ संपूर्ण नक्कल मी प्रत्यक्ष तालमी सुरू होण्याआधीच पाठ करून टाकली! त्या वेळी माझी 'गिधाडे', 'काचेचा चंद्र' आणि 'इथे ओशाळला मृत्यू' ही नाटके चांगली चालू लागली होती. त्यांचे प्रयोग सांभाळून उरलेल्या वेळात तालमी करायच्या होत्या आणि त्याही फक्त महिनाभर. 'गृहपाठ' खूप करायला लागायचा. शांताबाई 'सरकार' होत्या. त्यांची खूप मदत व्हायची.

तालमींच्या वेळी दोन वाद कडाक्याचे झाले. मी सोडून बाकी सर्वांचे असे म्हणणे की नाटकात अगदी सुरुवातीचे जे भाषण आहे ते फार लांब आहे. ते कापले पाहिजे — कारण ते कंटाळवाणे होणार. मला तर ते भाषण अद्‌भुत वाटत होते. खूप वाद झाला. शेवटी असे ठरले की सध्या ते संपूर्ण भाषण ठेवायचे आणि पुढे प्रयोगात ते कंटाळवाणे होते असे वाटले तर ते कापून बेताचे करायचे. प्रत्यक्ष प्रयोगात ते संबंध भाषण खूपच रंगायचे. एका प्रयोगाला स्वरराज छोटा गंधर्व आले होते. पहिल्या अंकानंतर ते रंगपटात आले आणि मोठ्या प्रेमाने माझे हात

हातात घेऊन म्हणाले, ''तुमचे ते पहिले भाषण ऐकताना एखादा सुंदर जलसा ऐकल्यासारखे वाटते!''

दुसरा वाद झाला तो तिसऱ्या अंकातल्या दुसऱ्या (जंगलातल्या) प्रवेशासंबंधी. दिग्दर्शकांना तो प्रवेश अजिबात आवडत नव्हता. तो सबंध प्रवेश ते कपायला निघाले होते. मला, शांताबाईंना आणि इतरही काहीजणांना तो प्रवेश खूप महत्त्वाचा वाटत होता. 'घर देता का घर' आणि 'जनावरं मोकाट सुटली आहेत' ही दोन काव्ये तर विलक्षण परिणामकारक आणि रसपरिपोषक वाटत होती. आम्ही वाद घातला. दिग्दर्शकांना काही पटेना. मग त्यांनी त्या प्रवेशाच्या बदली घालण्याकरिता एक दुसरा प्रवेश स्वतःच लिहून आणला! 'ताजमहालाला विटा' वगैरे आम्ही काही म्हटले नाही. पण आम्ही सत्याग्रहच केला. तेव्हा नाइलाजाने त्यांनी मूळचा प्रवेश राहू दिला.

तालमी झाल्या आणि २३ डिसेंबर १९७९ ला पहिला प्रयोग झाला. 'गोवा हिंदू असोसिएशन' या मातबर संस्थेच्या रौप्यमहोत्सवाचा समारंभ असल्यामुळे 'बिर्ला मातोश्री' रंगमंदिर जाणकार प्रेक्षकांनी खचाखच भरले होते. प्रयोगाचा ताणतणाव वगैरे माझ्यावर काही नव्हता. पण प्रयोगाखेरीज किंवा खरे म्हणजे, माझ्या भूमिकेखेरीज भान मात्र दुसरे कसलेच नव्हते. नाटकाचा पडदा वर गेल्यापासून तो शेवटचा पडदा पडेपर्यंत प्रयोग सुरेख रंगत गेला. प्रेक्षकांनी अत्यानंदाची उत्स्फूर्त पावती दिली.

प्रयोग संपल्यावर एका धुंदीतच रंगपटात जाऊन रंगभूषा उतरण्याकरता आरशासमोर जाऊन बसलो आणि एका भयानक दुर्घटनेचा साक्षी झालो. शेजारच्या आरशासमोर रंगभूषा उतरवायला बसलेले, नाटकात 'विठोबा'चे काम करणारे माझे सहकारी कलावंत बाबूराव सावंत बसल्याजागी सर्वांगाला झटके देत अचानक जमिनीवर कोसळले. बेशुद्ध.

मी ते पाहिले आणि क्षणार्धात माझ्यातला अप्पा बेलवलकर सातासमुद्रापार नाहीसा झाला. मी खाडकन् जमिनीवर आलो. माझ्यातला डॉक्टर जागा झाला. मी बाबूरावांच्या बाजूला बसून त्यांची नाडी पाहण्यासाठी मनगट हाती धरले. बोटांनी नाडी चाचपली. खूप जलद धावत होती. प्रेक्षकांमध्ये असलेली चाहतेमंडळी कौतुक करायला रंगपटापर्यंत पोचली आणि बाबूरावांचा झटके देणारा बुलंद देह पाहून हतबुद्ध झाली. मंडळीत माझे सन्मित्र डॉ. शरद कार्येकर आणि त्यांची पत्नी डॉ. ज्योत्स्ना कार्येकर होते. ती दोघे धावतच पुढे आली. त्यांना काही सांगणार तोच माझ्या बोटांना बाबूरावांची नाडी लागेनाशी झाली. मी

कार्येकरांना ते सांगितले. हृदयाचे धपापणे थांबले हाते. कार्येकरांनी नाडी हातात घेतली. मी लगेच माझे दोन्ही हातांचे तळवे बाबूरावांच्या छातीवर उपडे ठेवून छाती खालीवर, एका तालात दाबू लागलो. Cardiac Massage. ज्योत्स्नाने उताण्या पडलेल्या बाबूरावांचे तोंड उघडले. आपला हातरुमाल त्या उघड्या तोंडावर पसरला आणि त्या रुमालावर आपले तोंड ठेवून ती बाबूरावांच्या छातीत श्वास भरू लागली.

रंगमंदिराच्या इमारतीतच बाँबे हॉस्पिटल असल्याने लगेच तज्ज्ञ डॉक्टरांना पाचारण केले. काही मिनिटांतच ट्रॉली घेऊन सेवक आले. आणि बाबूरावांना ट्रॉलीवर ठेवून घेऊन चालले. आणि बरोबर मी. Cardiac Massage करीत लिफ्टमधून वर पाचव्या-सहाव्या मजल्यावर, ऑपरेशन थिएटरच्या दारातून ट्रॉली आत जाईपर्यंत. मग मी बाहेर. बाबूराव आत दिसेनासे झाले.

मी लिफ्टने खाली गेलो. सर्वजण अस्वस्थ येरझारे घालत होते. बोलत कुणीच नव्हते. तात्यासाहेब नाशिकहून मुद्दाम आले होते. त्यांचा चेहरा विदीर्ण झाला होता. बोलणे अशक्य होते. तासादोन तासांनी वरून निरोप आला, 'बाबूराव गेले; डॉक्टर त्यांना वाचवू शकले नाहीत.'

नंतर एकेकाच्या बोलण्यातून कळले की पहिल्या अंकानंतरच बाबूरावांना त्रास जाणवू लागला होता. अस्वस्थ वाटत होते, छातीत दुखत होते, घाम येत होता. कुणाकुणाला ते सांगतही. कुणी ॲस्प्रो घ्यायला सांगितले — कुणी पडून राहायला सांगितले, कुणी काही. त्यांचा त्रास वाढतच चालला. इतका वाढला की तिसऱ्या अंकातल्या शेवटच्या प्रवेशात, 'मी स्टेजवर गेलोच नाही तर नाही का चालणार?' असे त्यांनी अगदी काकुळतीने विचारले म्हणे. पण पहिल्याच प्रयोगाला असली परवानगी कोण देणार?

गडी बहाद्दर खराच. नाटकातल्या प्रत्येक प्रवेशाच्या वेळी तो मृत्यूला परतवून लावत असणार. "तू मला उगीच सतावीत राहू नकोस; नाटक संपायला अजून अवकाश आहे, तोपर्यंत मला येता येणार नाही. नाटक संपल्यावर मग पाहू!" शेवटचा पडदा पडेपर्यंत दोघांची लढाई चाललेली असणार. 'The show must go on' हे इतके, जिवाच्या कराराने घ्यायचे असते काय?

बाबूरावांचे जाणे सर्वांच्याच जिव्हारी लागले. पण गोवा हिंदूच्या मंडळींनी दुसरो विठोबा उभा करून नाटक पुन्हा चालू केले. नाटकाला आलेल्या प्रेक्षकांचा प्रतिसाद अद्वितीय होता. नाटकाचे मोठेपण लोकांपर्यंत पोचले होते. पण नाटक

धंदा करीलसे दिसेना. जे थोडे प्रेक्षक नाटक पाहायला येत ते चक्रावून जात — पण नाटक चालायला तेवढे पुरेसे नव्हते. गोवा म्हणजे 'गोवा हिंदू'चा बालेकिल्ला. पण तिथे नेलेला पहिला दौरा साफ अयशस्वी ठरला. तरी 'गोवा हिंदू'ने नाटक नेटाने चालू ठेवले.

'हे नाटक फारसे चालणारे नाटक नाही; पण तात्यासाहेबांचे एक मोठे नाटक संस्थेच्या रौप्यमहोत्सवी वर्षात करणे हा संस्थेच्या प्रतिष्ठेचा भाग आहे' असाच दृष्टिकोन नाटक करायला घेताना बहुतेक सर्वांचा होता. नेमके किती प्रयोगांनंतर नाटक चालू लागले ते मला आठवत नाही. पण जेव्हा ते चालू लागले तेव्हा त्याचा प्रत्येक प्रयोग हाऊसफुल जाऊ लागला. नाटकावर, संस्थेवर, नाटककारावर, कलाकारांवर स्तुतिसुमनांचा वर्षाव होऊ लागला (संस्थेवर पैशांचाही!)

जानेवारी १९७१ ते फेब्रुवारी १९७३ च्या दोन वर्षांत मी 'नटसम्राट'चे २८१ प्रयोग केले. लोकांनी मलाच 'नटसम्राट' करून टाकले! या नाटकामुळे मला १९७२ मधे 'संगीत नाटक अकादमी'चे पारितोषिकही मिळाले. आणि १९७३ च्या फेब्रुवारीमध्ये मला हृद्यविकाराचा झटका आल्याने हे नाटक सोडावे लागले. त्याचे मला दु:ख झाले नाही. या मोठ्या नाटकाने मला पोट भरून दिले होते. मी कृतकृत्य होतो. ऊस गोड लागला म्हणून तो मुळापासून खायचा नसतो हे मला माहीत होते.

'गोवा हिंदू'ने मग दत्ता भटांना घेऊन नाटक पुढे चालू ठेवले, आणि ते पहिल्यासारखेच तुडुंब चालत राहिले. शेकडो प्रयोग भटांनी केले. पुढे मग सतीश दुभाषी, चंद्रकांत गोखले, यशवंत दत्त अशा अनेक मोठ्या नटांनी ते चालूच ठेवले. आणखीही कुणीकुणी आजही या नाटकाचे प्रयोग करतातच आहेत. तीनशेवा प्रयोग साजरा केला तेव्हा 'गोवा हिंदू'ने मलाच प्रमुख पाहुणा करून माझा गौरव केला. भाषणात मी म्हणालो, "या नाटकाला हजर राहण्याची ही माझी २८२ वी खेप आहे. २८१ वेळा मी रंगमंचावर होतो आणि आज मी समोर प्रेक्षकांत आहे. म्हणजे पहिला नटसम्राट आज निवृत्त होऊन प्रेक्षकांत बसलेला आहे आणि दुसरा नटसम्राट रंगमंचावर आहे. पंचवीस वर्षांनंतर कदाचित पंचविसावा नटसम्राट रंगमंचावर काम करत असेल आणि निवृत्त झालेले चोवीस नटसम्राट प्रेक्षकांत बसलेले असतील!"

आज 'नटसम्राट'ला पंचवीस वर्षे पुरी झाली. पण पाच-सहा वर्षांपूर्वी या नाटकाने मला पुन्हा एकदा खुणावले. बेलवलकरांच्या भूमिकेत बरेच काही करायचे

राहून गेले आहे अशी एक रुखरुख होती. मी वयाने साठीच्या पलीकडे गेलो होतो. मनात आले की अजून बळ आहे तेवढ्यातच प्रयत्न करून पाहावा. काही नवीन जागा सापडल्या तर म्हातारपण थोडे उजळून जाईल. सुहास जोशी या बहुगुणी अभिनेत्रीलाही कावेरी (सरकार) खुणावीत होतीच. शांताबाईंपेक्षा खूप वेगळ्या मुशीत तिला 'सरकार' घडवायची होती. सुहासने ते आव्हान मोठ्या ताकदीने पेलले. शांताबाईंची उणीव जराही भासू दिली नाही. मधुकर नाईक या विलक्षण धडपड्या रंगकर्मी मित्राने त्याच्या 'रंगयात्री' या संस्थेतर्फे माझा नवा 'नटसम्राट' मोठ्या जिद्दीने उभा केला. माधव वाटवे या माझ्या 'रंगायन'पासूनच्या सन्मित्राने दिग्दर्शन केले.

'नटसम्राट'चे हे पुनरुज्जीवन योगायोगाने अगदी योग्य वेळी झाले. कारण त्याच सुमारास तात्यासाहेबांना ज्ञानपीठ पुरस्कार मिळाला; आणि त्यानिमित्त त्यांचा दिल्लीत जो गौरव समारंभ झाला त्यात 'नटसम्राट'चा प्रयोग करण्याची आम्हाला संधी मिळाली. तात्यांचा सन्मान करण्याचा तो आमचा मार्ग.

त्या दिल्लीच्या प्रयोगा वेळी दुसऱ्या अंकानंतर अचानक पं. रविशंकर रंगपटात आले. ते प्रेक्षकांत आहेत ह्याचाही मला पत्ता नव्हता. आत येऊन त्यांनी मला मिठीच मारली. मला गदगदल्या स्वरात म्हणाले, "You are killing me." मी गळा दाटलेला, अवाक्. 'पुंडलिका भेटी परब्रह्म आले गा' अशी अवस्था.

'नटसम्राट' नाटकाने मला खूप भरभरून काही दिले. माझ्या लायकीपेक्षा खूपच जास्त दिले. माझ्या फाटक्या झोळीला ते सारे पेलले की नाही, माहीत नाही. सहकारी कलावंतांचे प्रेम दिले, पैसा दिला, प्रसिद्धी दिली, व्यावसायिक रंगभूमीवर एक हक्काची जागा दिली, मराठी नाट्यरसिकांच्या मानसात, कोपऱ्यात का होईना, एक पाट बसायला दिला आणि कलावंत म्हणून आत्माविष्काराला एक विस्तीर्ण, मुक्त आनंदाने भरलेले अंगण दिले.

पण त्याहीपेक्षा महत्त्वाचे म्हणजे माझी जीवनाची जाण अधिक विस्तीर्ण करणारा सखोल संस्कार दिला. भाषेचे सौंदर्य, तिची अफाट ताकद, शब्दाशब्दाला फुटणारे आशयाचे धुमारे आणि ह्या साऱ्यांनी जीवनाला मिळणारा भरभक्कम आधार दिला. 'नटसम्राट' करण्याच्या आधीचा मी जो होतो त्यापेक्षा नंतरचा मी अधिक बरा 'माणूस' झालो. एका नाटकाने माणसाला यापेक्षा जास्त काय द्यावे? कलावंतांचे आपण जन्मभर ऋणी राहायचे ते याकरिताच. मी तात्यांचा तसाच ऋणी आहे. ते ऋण फेडण्याचा पाखंडी विचारही मनात येत नाही!

'नटसम्राट'शी संबंधित फार माणसे गेल्या पंचवीस वर्षांत काळाने गिळून टाकली. बाबूराव, भट, सतीश, शांताबाई, मधुकर नाईक, माधव वाटवे — एकापेक्षा एक बुलंद माणसे गेली. मी अजूनही आहे. सत्तरीशी आलो आहे. हे नाटक मला पुन्हा तिसऱ्यांदा खुणावते की काय याची वाट पाहतो आहे!

२३-१२-१९९५
'नटसम्राट' पहिल्या प्रयोगाच्या रौप्यमहोत्सवानिमित्त
'कुसुमाग्रज प्रतिष्ठान'साठी तयार केलेली विशेष आवृत्ती १९९५

नटसम्राटमधील गणपतराव बेलवलकर

तात्यासाहेब शिरवाडकरांच्या 'नटसम्राट' या नाटकातील गणपतराव बेलवलकर ही नाट्यवाङ्‌मयातील एक महान व्यक्तिरेखा आहे असे मी मानतो. तात्यासाहेबांच्या दिव्य प्रतिभेची ती एक उत्तुंग निर्मिती आहे. 'नटसम्राट' नाटकाच्या रचनेत अनेक दोष असूनही त्या नाटकाला महत्तेच्या पातळीवर सहजच घेऊन जाणारी ती निर्मिती आहे. कारागिरी कुठे कमी पडली असेल पण प्रतिभेचा स्पर्श घेऊन ही व्यक्तिरेखा रंगभूमीवर अवतरली आहे यात शंका नाही.

ही व्यक्तिरेखा मला कशी दिसते हे शब्दांत सांगायचा हा एक प्रयत्न आहे. हे त्या व्यक्तिचित्राचे वस्तुनिष्ठ विश्लेषण अर्थातच नाही. केवळ माझ्या डोळ्यांपुढे उभा असलेला गणपतराव बेलवलकर आणि त्याचा जीवनपट कसा होता एवढेच सांगण्याचा हा प्रयत्न आहे. हे लिहिताना मी जास्तीत जास्त आधार प्रत्यक्ष नाटकातल्या संवादांचाच घेतलेला आहे आणि कल्पनेचे कमीतकमी कलम त्यावर केलेले आहे. मधूनमधून ठिगळे माझ्या भाषेची आहेत.

गणपतराव बेलवलकर अभिनयांकित करताना मी काय काय केले याचा आलेख या लेखात टाळलेला आहे. कारण ज्या ग्रंथाकरता हा लेख लिहिला आहे त्या ग्रंथात तो विचार अप्रस्तुत आहे.

खरे तर गणपतराव बेलवलकर या व्यक्तिरेखेवर एक छोटासा ग्रंथच होऊ शकेल इतके या विषयावर लिहिण्यासारखे आहे. ह्या माणसाचे काव्य, त्याचे तत्त्वज्ञान, त्याचे भावविश्व, त्याची भाषा इत्यादी—त्याच्या अनेक अंगांचा विचार विस्तृतपणे व्हायला हवा. ही भूमिका रंगमंचावर साकार करताना करावे लागणारे नुसते शारीरिक श्रम हासुद्धा लेखाचा विषय होऊ शकेल. विस्तारभयास्तव आणि आळशीपणामुळे मी आजवर हे सारे लिहिण्याचे टाळीत होतो. आज गौरवग्रंथाच्या निमित्ताने हा छोटासा लेख तरी मजकडून लिहून झाला याचा मला फार आनंद आहे. तात्यासाहेबांच्या प्रतिभेला वाहिलेले हे छोटेसे फूल.

'नटसम्राट' ही एका नटाची शोकांतिका आहे का? की एका कुठल्याही सामान्य म्हाताऱ्याची शोकांतिका आहे? माझ्या मते पहिल्या प्रश्नाचे उत्तर हो आणि नाही असे आहे, आणि दुसऱ्या प्रश्नाचे उत्तर निखालस नाही असे आहे.

एक विलक्षण मनस्वी माणूस, भोवतालच्या रोखठोक, व्यवहारी जगाशी

तडजोड करून जगत राहण्याच्या प्रयत्नात शेवटी कसा उद्ध्वस्त होतो याची 'नटसम्राट' ही कहाणी आहे. गणपतराव बेलवलकर हा कुठलाही एक सामान्य म्हातारा असता तर तो तडजोड करू शकला असता, येनकेन प्रकारेण जगत राहू शकला असता. तडजोड करण्याच्या प्रयत्नात तो मोडून जाण्याचे कारण नव्हते. कारण सामान्य माणसे अशा तडजोडी प्रत्यही करत करतच जगत असतात. त्यांच्या तशा जगत राहण्याला काही अर्थ असतो अशातला भाग नाही. कित्येकदा भुईसपाट, लाचार, अर्थशून्य जिणे ते जगत असतात — पण ते जगत राहतात — उद्ध्वस्त होऊन फुटून जात नाहीत. त्यांचे ते तसे जगत राहणे हीच एक शोकांतिका होऊ शकते. इतकेच की ते जिणे करुणास्पद असू शकेल — पण त्यात उद्ध्वस्त होऊन जाण्याला जागा नसते. आणि म्हणून म्हटले की 'नटसम्राट' ही कुठल्याही सामान्य म्हाताऱ्याची शोकांतिका निश्चितपणे नाही.

गणपतराव बेलवलकर हा नट आहे की वस्तुस्थितीच आहे. ती नाकारता येणार नाही. केवळ नाटककाराने आपल्याला सांगितले आहे एवढाच पुरावा आहे असे नाही; तर त्याचे नटपण पानोपानी विखुरलेले आहे. बेलवलकरांच्या व्यक्तिचित्रात पावलोपावली त्याचे जिवंत पुरावे आपल्याला दिसतात. आणि मला वाटते ही गोष्ट फार महत्त्वाची आहे. पुष्कळ वेळा असे होते की लेखक सांगतो, अमुक एक पात्र डॉक्टर आहे किंवा अमुक एक पात्र वकील आहे, ट्रक ड्रायव्हर आहे म्हणून आणि म्हणूनच आपल्याला त्यावर विश्वास ठेवावा लागतो. प्रत्यक्ष त्या व्यक्तिचित्रणात त्याच्या काहीच खुणा दिसत नाहीत. तसे या अप्पासाहेब बेलवलकरांबाबत होत नाही. एका नटाचे चरित्र आपल्यासमोर उलगडले जाते आहे. याबद्दल आपल्या मनात यत्किंचितही संदेश असत नाही.

पण या नटाच्या वाट्याला आलेली शोकांतिका मात्र त्या भोवतालच्या जगाशी—विशेषत: त्याच्या कौटुंबिक जगाशी झालेल्या संघर्षातून निर्माण झालेली शोकांतिका आहे. त्याच्या स्वत:च्या कलाविषयक प्रेरणा अथवा जाणिवा यांच्या संघर्षातून निर्माण झालेली नाही. हे थोडे अधिक स्पष्ट करायचे तर असे म्हणता येईल की प्रत्येक कलावंत हा कलावंत असण्याबरोबर माणूसही असतो. त्याच्यातल्या माणसाला ऐहिक सुखे पुरेशी असतात पण तरीही त्याच्यातला कलावंत दु:खी, असमाधानी असू शकेल — हे जसे खरे तसेच दुसऱ्या बाजूला त्याच्यातला माणूस उद्ध्वस्त होत जात असताना कलावंताची फारशी मोडतोड होत नसते हेही खरे. म्हणजे असे म्हणता येईल की 'नटसम्राट' ही एका प्रतिभासंपन्न नटामधल्या माणसाची शोकांतिका आहे. म्हणून प्रथम म्हटले की,

ही एका नटाची शोकांतिका आहे का, या प्रश्नाचे उत्तर हो आणि नाही असे आहे.

वस्तुस्थिती अशी आहे की अप्पा बेलवलकर हा एक प्रतिभाशाली नट असला तरी त्याचे जे समग्र व्यक्तिमत्त्व आहे ते त्या प्रतिभाशाली नटाला व्यापून दशांगुळे उरण्याइतके संपन्न आहे. हा माणूस नुसता नट नाही — तर तो कवी आहे, तत्त्वचिंतक आहे, विचारवंत आहे आणि इतक्या समृद्ध व्यक्तिमत्त्वाची शोकांतिका जेव्हा जिवंतपणे आपल्यासमोर उभी ठाकते तेव्हा ही शोकांतिका नटाची आहे का सामान्य माणसाची आहे असले प्रश्न निरर्थक ठरतात. हे संपन्न व्यक्तिमत्त्व बारकाईने न्याहाळण्यासारखे आहे.

गणपतराव बेलवलकर नावाच्या एका पंधरा वर्षांच्या मुलाच्या घराच्या चार भिंती चारी बाजूंनी कोसळून पडल्या, हा या माणसाच्या जीवनपटाचा पहिला धागा आपल्याला मिळतो. पहिली पंधरा वर्षे या मुलाने कोणत्या परिस्थितीत काढली असतील याचा केवळ तर्कच आपल्याला करावा लागतो. आई-बाप-बहीण-भाऊ इत्यादी नात्यांचा उल्लेखसुद्धा या माणसाच्या आपल्याकडे उलगडल्या जाणाऱ्या जीवनपटात येत नाही. अगदी अतीव तृप्तीच्या आणि समाधानाच्या क्षणीसुद्धा भूतकाळाचा पहिला उल्लेख हा माणूस करतो तो, पंधराव्या वर्षी चारी बाजूंनी कोसळून पडलेल्या घराच्या चार भिंतींचा. बस्स... फक्त तेवढेच. स्मरण्यासारखे अधिक काहीच नाही, आईवडील कदाचित लहानपणीच गेले असतील — एखाद्या नातेवाइकाने केवळ कर्तव्यबुद्धीने जमेल तसे पालनपोषण केले असेल... ज्याचा अगदी पुसटता का होईना पण ठसा पुढच्या आयुष्यावर राहावा असे काहीच या पहिल्या पंधरा वर्षांत घडलेले दिसत नाही. नाही तर माणसांमधल्या परस्पर संबंधांना खूप जपणारा हा स्नेहाळ माणूस आपल्या आईवडिलांचा किंवा भावंडांचा उल्लेख केल्याशिवाय राहिला नसता. एवढे नक्की की काही भयानक अनुभवही या पहिल्या पंधरा वर्षांत त्याच्या वाट्याला आलेला नाही.

पुढची काही वर्षे, सावली नसलेल्या रखरखीत वाळवंटातून वाटचाल झालेली आहे. पायाला जाळीत होती जमीन आणि मस्तकाला जाळीत होते आकाश. घरदार कोसळून पडलेल्या, डोक्यावर फक्त आकाशाचे छप्पर उरलेल्या, या मुलाने खूप हाल काढले असतील, उपाशी पोटी वणवण केली असेल, रस्त्यावर हमाली केली असेल. त्यातच कुठेतरी पडदे ओढणारा किंवा फ्लॅट उचलणारा गडी म्हणून त्याचा रंगभूमीशी संबंध आला असेल. रंगभूमीच्या परिसरातील ही हमाली सुरू

झाल्यावरसुद्धा रखरखीत वाळवंटातील ही वाटचाल संपली नाहीच, पण कुठून तरी कुणीतरी सतत हाकारावं लागलं, कधी आंजारून गोंजारून तर कधी चाबकाचे फटकारे मारून. अंगातून घामाच्या धारा लागलेल्या होत्या, पायाला वाळूचे असह्य चटके बसत होते. घशाला शोष पडला होता. वरून सूर्य अंग जाळीत होता — पण तो जो कोणी अदृश्यांतून गुराख्यासारखा सतत हाकारीत होता त्या हाकारण्यामुळे त्या जळत्या प्रवासालाही एक अर्थ प्राप्त झाला होता, जिवाची लाही होत असतानाही ही जळती फरपट चालू ठेवणे भाग होते, ती चालूही होती. आणि ते पुढे हाकारणेही चालू होते.

या जळत्या प्रवासातच केव्हातरी साक्षात्कार झाला की, 'आपल्याला जगायचं आहे ते रंगभूमीवर आणि रंगभूमीसाठी.' वीस एक वर्षांच्या गणपत बेलवलकरांना साक्षात्कार झाला आहे. हा साक्षात्कारी नट आहे — साधासुधा नव्हे. पहिली पंधरा वर्षे निरर्थकपणे आणि नंतरची काही वर्षे होरपळत काढलेल्या एका फालतू आयुष्याला एकदम अर्थ प्राप्त झालेला आहे — फार सुंदर अर्थ प्राप्त झालेला आहे आणि तो आतून झालेल्या एका साक्षात्कारामुळे झालेला आहे.

पहिली वीस वर्षे एखाद्या पतंगासारखी भरकटण्यात गेलेली आहेत. आयुष्याच्या त्या सुरुवातीच्या कालखंडासंबंधी सांगण्यासारखे विशेष काहीच नाही. चारदोन वाक्यांत त्याचा हिशेब सांगून झाला आहे. आणि मग स्मरणात एकदम ठसठशीतपणे उभा आहे तो चाळीस वर्षांपूर्वी हुजऱ्याची शिंदेशाही पगडी घालून केलेला रंगमंचावरचा प्रथम प्रवेश... किती स्पष्ट, रेखीव आठवण आहे ती. अनेक प्रचंड भूमिका रंगमंचावर गाजवून नटसम्राट झालेल्या माणसाच्या स्मृतीत हुजऱ्याची शिंदेशाही पगडी घालून केलेला एखाद्या नगण्य भूमिकेतला रंगमंचावरचा प्रथम प्रवेश घर करून राहिला आहे. या नगण्य प्रवेशालाही या यात्रिकाच्या आयुष्यात तितकेच मानाचे स्थान आहे, जितके त्यांच्या अन्य प्रमुख भूमिकांना असेल. कारण इथून पुढे त्याची बांधीलकी आता रंगभूमीशी आहे. एखाद्या समर्पितासारखे आपले आयुष्य त्याने रंगभूमीवर झोकून दिलेले आहे. आयुष्याला आता अर्थ प्राप्त झाला आहे. गणपत बेलवलकराला आयुष्याचे श्रेय आणि प्रेय गवसले आहे.

पुढची चाळीस वर्षे या माणसाने एका वेगळ्याच पृथ्वीवर काढली आहेत. कवींच्या प्रतिभेने निर्माण केलेली, थिएटरमधल्या अंतराळाने तोलून धरलेली, चंद्र–सूर्यांनी नव्हे तर रंगमंचावरील दिव्यांनी प्रकाशित केलेली अशी ही स्वप्नील भूमी आहे. इथे अनेकविध भूमिका गाजवून हा माणूस नटसम्राट पदाला पोहोचला

आहे. गणपतराव जोशांचे पट्टशिष्यत्त्व आणि शाबासकी त्याने मिळविली आहे. खाडिलकर, गडकऱ्यांसारख्या शेक्सपीअरच्या महान व्यासंगी माणसांच्या सहवासात तो आला आहे. लोकमान्यांचे आशीर्वाद त्याने मिळविले आहेत. द्रव्य त्याच्या अंगावर हस्ताच्या पावसासारखे कोसळले आहे, आणि लक्षावधीची मालमत्ता त्याने गुलालबुक्क्याप्रमाणे उधळली आहे. महाराष्ट्राने त्याला नटसम्राट म्हणून डोक्यावर घेतला आहे, ते त्याच्या काळजात घुसणाऱ्या अभिनयामुळे.

ऑथेल्लो म्हणून त्याने स्टेजवर पाऊल टाकले रे टाकले की आफ्रिकेचे घनघोर जंगल प्रेक्षकांच्या मनात शिरावे. तो संतापाने उसळला की पेट्रोलची वखार धडाडून पेटली आहे असे वाटावे, त्याने नुसती मूठ आवळली तर आपले प्राण तिच्यात सापडले आहेत असे प्रेक्षकांना वाटावे, असली विलक्षण त्याच्या अभिनयाची जात आहे. आणि रोज रात्री सर्वस्व इरेला घालूनच रंगमंचावर प्रवेश करण्याइतकी त्याची दुर्दम्य अशी निष्ठा आहे. या साऱ्याच्या बळावर अभिनयक्षेत्रातला एक गौरीशंकर अशी कीर्ती त्याने संपादन केली आहे.

पुढे रंगभूमी कोसळली, नट संपले, सारे काही उद्ध्वस्त झाले. तेव्हा हा माणूस प्रकाशाची धास्ती घेऊन एका भुयाराच्या पाणथळीत राहिला — जखमी रानमांजरासारखा. पण आपण एका कोसळलेल्या इमारतीचा चिरा आहोत ही जाणीव त्याच्या मनातून गेली नाही. पारावर बसून वडाच्या झाडाला आणि मारुतीच्या मूर्तीला तो नाटकांतील भाषणे ऐकवत राहिला. राजवाड्याचा पडदा देवाने गुंडाळला केव्हा आणि मागे जंगलाचा सीन लावला केव्हा, हे नाटकाच्या नशेत त्या कलंदराला उमगलेही नाही. इतका तो त्या स्वप्नभूमीशी एकजीव झालेला होता.

तोही काळ सरला. आणि त्याच्या तळघरात भगदाडातून शिंगतुताऱ्या यांचे आवाज पुन्हा दुमदुमले. गळ्यातला स्टेथॉस्कोप बाजूला टाकून मखमली पडद्याची रस्सी हातात घेतलेला एक बलराज डॉक्टर मराठी माणसांची एक प्रचंड मिरवणूक घेऊन त्याच्या दाराशी आला आणि त्या डॉक्टरने त्याला पुन्हा उजेडात आणले. म्हातारपण आले होते पण म्हातारपणीही पुन्हा करता येईल तेवढे मागे केलेले, विसरलेले, विटलेले पण ठेवणीतले शेले मंदिल प्रेक्षकांना दाखवले. त्यांनीही भलाईने कोडकौतुक केले. त्याच्या आर्थिक व्यवहारातही त्या डॉक्टरने लक्ष घातले आणि आर्थिक बाजूही सुस्थिर बनवून दिली. नाहीतर दमडीही हाती लागली नसती. शेवटी म्हातारपणामुळे त्याने जेव्हा निवृत्तीचा निर्णय घेतला तेव्हा डॉक्टरने

त्याचा एक भव्य सत्कार आयोजित केला आणि चाळीस हजारांची भरभक्कम थैली त्या नटसम्राटाच्या स्वाधीन केली. सगळे उत्तम झाले...

एक कलावंत म्हणून अशा तऱ्हेचे समर्पित आयुष्य जगत असताना माणूस म्हणून गणपतराव बेलवलकर एक समृद्ध आयुष्य जगत होता. मोठमोठ्या नाटककारांशी, कवींशी, व्यासंगी समीक्षकांशी, राजकीय पुढाऱ्यांशी त्याचा संबंध येत होता. त्या सहवासातून त्याचे व्यक्तिमत्त्व सर्वांगाने फुलत होते. 'पृथ्वी सूर्याभोवती फिरत नाही, रुपयांच्या नाण्याभोवती फिरते.' ह्यातले कठोर काव्य तो समजू शकत होता. पण आपण राहतो ती पृथ्वी वेगळी आहे, हे समजण्याची जाण त्याला आली होती. हा तुमचा शेक्स्पीअर, नाटककार नाही, नुसता सैतान आहे, असे वासुदेवराव केळकरांसारख्या व्यासंगी अभ्यासकाला ऐकवण्याइतका हा माणूस स्वयंभू होता. आणि 'समजले' या त्यांच्या एका शब्दाच्या उत्तरातल्या सगळ्या अर्थच्छटा अनुभवाच्या पातळीवर आत्मसात करण्याइतकी तरल संवेदनक्षमताही ह्या माणसाला मिळालेली होती. नमस्कार, आशीर्वाद, ताईत, गंडेदारे, पूजाअर्चा इत्यादी कर्मकांडावर विश्वास ठेवण्याइतका हा मोठा भाविकही होता. आणि काकासाहेबांनी ओठातल्या ओठात दिलेल्या आशीर्वादात सदाशिवाच्या डमरूचा विश्वव्यापी नाद ऐकू येण्याइतका, तो नाद ऐकून अंतर्बाह्य प्रकाशाने निथळून जाण्याइतका आत्मरत, श्रद्धावंतही होता. नारायणराव बालगंधर्व म्हणजे फूटलाईटच्या प्रकाशात उगवणारे इंद्रधनुष्य असे म्हणण्याइतकी अभिजात रसिकता आणि कविवृत्तीही या माणसाजवळ होती आणि स्वत:चे सर्वस्व आपल्या मुलांना वाटून टाकल्यावर, त्या मुलांनी उद्या आपल्याला रस्त्यावर काढले तर आपण विनातक्रार अनाथाश्रमात जाऊन राहू, असे म्हणण्याइतकी वृत्तीची तटस्थताही त्याच्याजवळ होती. जीवनाकडे पाहण्याचा एक अतिशय उदार आणि विशाल असा त्याचा दृष्टिकोण तयार झाला होता. सामान्य माणसांशी सामान्य सुखदु:खाचे हितगुज करतानाही जेव्हा हा माणूस, 'चाळीस वर्षं रोज रात्री प्राण पणाला लावून आपलं प्रेम मी जिंकलं आहे किंवा संतोषाला थोडी अहंकाराची धार आली तरी आपण क्षमा करायला हवी किंवा म्हातारपणाच्या पोकळीत अहंकाराची घंटा घणघणते किंवा सफल आणि समाधानी म्हातारपण म्हणजे गुलबकावलीचं फूल किंवा दु:खाप्रमाणेच सुखाचा बोजासुद्धा म्हाताऱ्या मस्तकाला सहन होत नाही, किंवा लग्नाच्या जुगारखान्यात असली बाई हाती लागणं म्हणजे परमभाग्य', असली अर्थगर्भ, तत्त्वचिंतनाच्या

जवळ जाणारी वाक्ये अगदी सहजगत्या बोलून जातो तेव्हा त्याच्या सखोल व्यक्तिमत्त्वाचा अंदाज आपल्याला अचूकपणे येत जातो.

कौटुंबिक सुखही या माणसाने अगदी मनापासून घेतले आहे. शेकोटीत घातलेल्या ढलपीचे, दुसऱ्यासाठी जळण्याचे व्रत घेतलेली पत्नी त्याला मिळाली आहे. तिला तो गमतीने 'सरकार' म्हणत आला आहे. प्रेम, माया, नात्याची जाणीव, माणुसकी, निष्ठा या सगळ्यांच्या पलीकडे जाणारी अशी एक विलक्षण नाजुक आणि तरीही त्याच्या साऱ्या जीवनाला एक भरभक्कम आधार देणारी भावना त्याच्या मनात तिच्याविषयी आहे. निम्मे आयुष्य सरल्यावर का होईना पोरांनी घराचे गोकुळ केले आहे. पोरेसुद्धा कशी मोगऱ्याच्या कळ्यांसारखी. जावई आणि सूनबाई मिळाली तीही अगदी घरच्या अंगणात उगवल्यासारखी. सारी पोरे जवळ असली की अगदी रामपंचायतन घडल्यासारखे वाटते. कौटुंबिक आयुष्य आकंठ तृप्तीने भरलेले आहे. इच्छा फक्त एकच उरली आहे — नातवंडे हवी आहेत, मिशी ओढायला...

आयुष्यात काही मैत्रिणीही येऊन गेल्या आहेत. आठवणीच्या मावळतीवर हे सगळे जुने जमाखर्च आठवणेही कठीण आहे. इतक्या मैत्रिणी येऊन गेल्या आहेत, त्या सगळ्या त्या त्या वेळी झालेल्या जखमा आहेत. त्यांतली मेनकेसारखी एखादी गहिरी जखमही आहे. पण त्या साऱ्या जखमा, नवरा नावाच्या गलबतासाठी असलेल्या बायको नावाच्या बंदरातच भरून आल्या आहेत. आता त्या संबंधी ना खंत ना खेद.

खरे म्हणजे गणपतराव बेलवलकर या नवरा नावाच्या गलबताने व्यवहाराच्या, कलेच्या, ध्येयाच्या, प्रेमाच्या आणि द्वेषाच्याही सातासमुद्रात मुशाफरी केलेली आहे. या दर्यात शिरून दूरवरचे किनारे पाहिले आहेत, संतप्त लाटांची मस्ती अंगावर घेतली आहे. पावलापावलावर मरणाशी मुलाखत करणारे जीवन जगले आहे, परंतु हे सारे उद्रेक अंगावर घेताना सतत पाहिले आहे ते बायको नावाचे बंदर. पराभवाच्या या जखमा आणि विजयाचे झेंडे घेऊन पुन्हापुन्हा ते आपल्या बंदरातच परत आलेले आहे — आणि तिथल्या हिरव्या निळ्या प्रकाशात प्रशांत पाण्याच्या गालिचावर विश्रांत झालेले आहे.

पति–पत्नीच्या नात्याचे हे चित्रण आणि गणपतराव बेलवलकरांना सर्वांगांनी त्या नात्याची असलेली जाण ही मराठी नाट्यसाहित्यात केवळ अद्वितीय आहे.

असे हे गणपतराव बेलवलकर. या नटाचे संस्कारसंपन्न, समृद्ध व्यक्तिमत्त्व नाटकाच्या सुरुवातीच्या अंकात आपल्यासमोर उलगडले जाते. सामान्यपणे नट

म्हणताच जे लहरी, कलंदर, व्यसनी, अहंकारी कलावंताचे चित्र आपल्यासमोर उभे राहते त्यापेक्षा अप्पासाहेबांचे हे चित्र फार वेगळे आहे. हा माणूस साक्षात्कारी नट आहेच, पण त्याचबरोबर तो एक अतिशय मनस्वी कविवृत्तीचा, तत्त्वचिंतक, सभ्य माणूस आहे. स्वच्छ, पारदर्शी पाण्याच्या अथांग डोहासारखा. हे व्यक्तिमत्त्व सखोलतेचा, निरभ्रतेचा, प्रसन्नतेचा आणि तरीही थोड्याफार गूढतेचा एकदम अनुभव देणारे आहे. ज्या एका ऋषितुल्य अलिप्ततेने हा माणूस आता एकंदर जगाकडे पाहतो आणि तिच्या मुळाशी जीवनाबद्दलचे उत्कट प्रेम आहे हे आपल्याला जाणवते आणि हा माणूस आता कोणाच्याही प्रेमात पडणार नाही हे स्वच्छ दिसत असूनही आपण त्याच्या प्रेमात पडतो.

आयुष्याच्या साठएक वर्षांचा असा हिशेब.

त्यानंतर गणपतराव बेलवलकर रंगभूमीवरून कायमचे रिटायर, निवृत्त झाले आहेत. पोरांच्या जिवावर. आपली सगळी मालमत्ता त्यांनी आपल्या दोन मुलांत विभागून दिली आहे. आणि काही दिवस नंदूच्या फ्लॅटवर राहू आणि काही दिवस नलूकडे राहू, तिच्या टेकडीवरच्या बंगल्यावर, अशी उर्वरित आयुष्याची सोपी वाटणी त्यांनी मनाशी करून टाकली आहे...

आयुष्यभर एका वेगळ्याच पृथ्वीवर काढल्यावर हा माणूस आता रुपयाच्या नाण्याभोवती फिरणाऱ्या पृथ्वीवर राहायला येण्याचा बेत करतो आहे आणि आपल्याच पृथ्वीचे कायदेकानू या पृथ्वीलाही लागू असणार असे धरून चालतो आहे. निवृत्त होण्याच्या निर्णयाबरोबरच बेलवलकर नट म्हणून संपला, आता फक्त बाप म्हणून उरला आहे — प्रेमाच्या भांडणात गुरफटलेला... असे खरोखरच मानण्याची चूक तो करतो आहे. जणू काय नाटकाचा दुसरा अंक सुरू होतो आहे... फक्त, दिवसादिवसाने आता अखेरच्या भरतवाक्याकडे प्रवास करायचा आहे... या सुखस्वप्नात तो दंग झालेला असताना त्याची पत्नी त्याचे पाय जमिनीला लावण्याचा प्रयत्न करते. तेव्हाही तो मजेने म्हणतो की, पोरांनी आपल्याला रस्त्यावर काढले तर पंढरपूरच्या बाबा जव्हेरींना सांगून टाकलेल्या आईबापांसाठी एक नवा आश्रम काढून घेऊ...

आपण संबंध आयुष्य ज्या स्वप्नभूमीमध्ये काढले आहे तिचे कायदेकानू आणि या नव्या जगाचे रोखठोक, व्यवहारी कायदेकानू फार वेगळे आहेत हा कठोर साक्षात्कार त्याला अद्याप झालेला नाही. पण आपल्या मुलाच्या नव्या फ्लॅटवर राहायला गेल्यावर त्या कठोर वास्तवाची जाणीव त्याला होऊ लागली आहे. त्या वास्तवाशी जुळते घेण्याच्या प्रयत्नात तो गोंधळून गेला आहे. ह्या

जुळते घेण्याच्या प्रयत्नात त्याने मांडलेले हिशेब मुळातच चुकीचे आहेत, कारण ते या व्यवहारी जगाचे हिशेब नाहीत.

बारा वर्षे हे सतत चुकीचे हिशेब मांडून नव्या जगाशी जुळते घेण्याची धडपड केलेली आहे आणि ती निष्फळ ठरलेली आहे. अतिशय जीव जडलेल्या आपल्या लहानग्या नातीला, ढालगज–कारटी असे गंमतीने म्हणणे म्हणजे या जगात शिव्या देणे आहे. गणपतराव, केशवराव, नानासाहेब असे मराठी रंगभूमीचे राजबिंडे घरी येऊन गप्पा मारत बसले तर या जगातले घर नाटकमंडळीतल्या उडाणटप्पू लोकांची धर्मशाळा होऊन जाते. भवानीविलास हॉटेलचा रामय्या इतकी चांगली भजी करतो पण ती घरी आणली तर आपल्या घराची जगातली प्रतिष्ठा लगेच जाते, तिन्ही सप्तकात चित्त्यासारखा धावणारा आपला स्वर — पण चहा मागताना तो कधीमधी चुकून चढा लागला तर त्याचा अर्थ आपण आरडाओरड करून घर डोक्यावर घेतो, – आपल्या मर्यादा पाळीत नाही असा या जगात होतो. आपल्या गोड नातीला आपण एवढा जीव लावतो तर त्याचा अर्थ आपण तिला आईपासून मुद्दाम दूर ओढतो असा या जगात होतो, तिला आपल्या गावंढळपणाची दीक्षा देऊन आपण तिच्या आयुष्याचा सत्यानाश करायला सजलो आहोत असा भयानक आरोप आपल्यावर केला जातो.

हे जगणे फार अवघड आहे — रोज अधिकाधिक अवघड होत चालले आहे. पण काय करणार? नाइलाज आहे. शरीर लुळेपांगळे होत चालले आहे, खिशात दमडी नाही. एके काळी, पावलोपावली गोड बोलून जीव घेणारी, महाबळेश्वरी मधाच्या बुधल्यासारखी असणारी सून आता इतके टाकून बोलू लागली आहे की त्या अपमानाने कुणीही फुटून जावे. आपला लाडका मुलगा, आपल्या दोन कोकरांपैकी एक. आपली खरी मालमत्ता हीच, असे आपण ज्याला मानत होतो तो आज नुसता बायकोच्या कमरेला खोचलेला हातरुमाल झाला आहे — आपल्याला समज देतो आहे की आपले चिखलाचे पाय आपण त्यांच्या गालिच्यावर घेऊन जाता कामा नये म्हणून... जगात जगणे असह्य होत चालले आहे; पण जगात तर राहिले पाहिजे.

या परिस्थितीत जीवन थोडेतरी सुसह्य करणारे दोन विरंगुळे अप्पासाहेबांना आहेत. त्यामुळेच ते फटकन फुटून गेले नाहीत. एक विरंगुळा म्हणजे त्यांची लाडकी ठमी. या निर्घृण जगात जगत राहण्याच्या चिरंतन शापाला मिळालेला एक मधुर उ:शाप, त्यांचे अडगुले मडगुले, सोन्याचे कडगुले. या आपल्या छोट्या नातीच्या सहवासात, तिच्याशी खेळण्या-बागडण्यात, तिच्याबरोबर मस्ती

करण्यात अप्पासाहेब आपल्या भोवतीचे जग पार विसरून एका वेगळ्याच भाबड्या, चिमण्या जगात काही काळ तरी वावरू शकतात. म्हणून ते तग धरून कसेतरी उभे आहेत.

हा विरंगुळा छानच आहे — पण त्याला एक फार मोठी मर्यादा आहे. दुसऱ्या एका जिवाचे अस्तित्व त्याला आवश्यक आहे — आणि तो दुसरा चिमणा जीव अप्पासाहेबांच्या शत्रूपक्षाच्या ताब्यातला आहे. म्हणून मग अप्पासाहेबांना, फट्‌कन फुटून जाणे टाळण्यासाठी, असह्य होत असलेला ताण थोडा हलका करण्यासाठी आणखी एक पळवाट सापडली आहे. ती पळवाट त्यांना थेट त्यांच्या वेगळ्या पृथ्वीवर, त्यांच्या स्वप्नभूमीत घेऊन जाते. कवींच्या प्रतिभेने निर्माण केलेल्या, थिएटरमधल्या अंतराळाने तोलून धरलेल्या भूमीत. शरीराने तर आता ते तेथे जाऊ शकत नाहीत पण मनाने जाऊ शकतात — भर्रकन् जातातही. मग ठमीची आई ठमीला त्यांच्यापासून ओरबाडून नेत असताना ठमी जो 'आजोबा' म्हणून टाहो फोडते त्याला निरनिराळ्या स्वरांचे धुमारे फुटतात आणि त्यातून त्यांना 'भाऊबंदकी' नाटकातील नारायणराव पेशव्याने, 'काका मला वाचवा,' म्हणून फोडलेला टाहो ऐकू येतो, आणि ते स्वत: क्षणार्धात राघोबादादा होतात. भोवतालच्या जगाच्या जीवघेण्या पकडीतून निसटून जाण्यासाठी केलेला हा स्वप्नभूमीचा फेरफटका असला तरी या जगाच्या क्रौर्याचे ओघळ तिथपर्यंत घरंगळत गेलेले असतात. म्हणून राघोबादादा अचानक 'नटसम्राट गणपतराव बेलवलकर मरून गेला,' अशी द्वाही फिरवायला सांगतो (मूळ नाटकातल्या भाषणात राघोबादादा पेशवे झाल्याची द्वाही फिरवा असे आहे.) स्वप्नभूमीतला हा क्षणार्धाचा फेरफटका फुग्याचे फट्‌कन फुटून जाणे टाळीत असला तरी त्याच्यावर एक आघात करतोच.

बारा वर्षे ही अशी आयुष्याची फरपट सहन करावी लागली आहे. त्या बारा वर्षांत खूपच मोडतोड झालेली आहे — तडे गेलेले आहेत. घरातल्या नोकरांचे उद्धट बोलणे निमूटपणे गिळण्याइतकी लाचारी आली आहे. अजून बहिरा होत नाही मी. आंधळा व्हायला लागलोय, पण बहिरा होत नाही. सृष्टीची ही मेहरबानी कानांना चिकटून बसली आहे. एखाद्या चिरंतन शापासारखी. हे लिअरचे आर्त विव्हळणे कानात घुमू लागले आहे. ठमीच्या सहवासातले अतीव सुखाचे चार क्षण जातात न जातात तोच सूनबाईच्या कडाडून ओढलेल्या आसूडाच्या फटकाऱ्याने बधिर व्हायला होते. सूनबाईच्या माऱ्यापुढे धड तोंडातून शब्दही फुटत नाही. एक भयानक हताशपणाची जाणीव सारे व्यक्तिमत्त्व व्यापून टाकते.

हे सारे आपण कसे सहन करतो आहोत? राघोबादादाचे, प्रतापरावाचे उसळते पौरुष हा आपला कणा आहे. त्यावर ही लाचारीची, हताशपणाची, षंढपणाची पुटे चढली? आणि ती झटकून टाकण्यासाठी आपण काहीच कसे करत नाही? माणसाच्या सहनशक्तीलाही मर्यादा असते... हे हा कालचा पोर मला सांगतो आहे. त्याला काय माहीत आहे, मी काय काय आणि किती सहन केले आहे — मनाला होणाऱ्या यातनांची कल्पना म्हणे हा मला देणार... गेल्या बारा वर्षांत आयुष्याची इतकी मोडतोड झालेली आहे की जगत राहणे हीच एक प्रचंड यातना होऊन बसली आहे. आणि हा पोरगा म्हणतो मला यातनांची कल्पना नसेल... फार क्षोभ होतो, डोके फुटून जाईलसे वाटते. पण नाही. कसलेही आघात झाले तरी शांत राहिले पाहिजे. डोक्यामध्ये सतत चालणारे हे घणाघात थांबवले पाहिजेत. सरकारच्या हातचे थोडे पाणी प्यावे, पेले रिकामे होण्यापूर्वी परस्परांना पिऊन घेण्याची ही सारी खटपट आहे. खरे म्हणजे नंद्याचे म्हणणे बरोबर आहे. गोल छिद्रात चौकोनी खुंटी बसत नाही—आणि त्याला उपाय एकच आहे. पण हा नंद्या असे गुळमुळीत बोलत का राहतो—संताप येतो—तो येऊ देता कामा नये, पण येतो. अगदी स्फोट होतो... याच्या बायकोने माझा अपमान केला आणि हा गधडा काहीही करू शकत नाही—बायकोने कमरेला खोचलेला, लव्हेंडर शिंपडलेला हातरुमाल आहे नुसता. तो ऑथेल्लो कसा पेट्रोलच्या वखारीसारखा कडाडून पेटायचा. तसा स्फोट होतो आते—मिसर देशाच्या मांत्रिकाने खास तयार केलेला तो हातरुमाल मी हिला प्रेमाने दिला – आणि छे: मस्तक फुटायची पाळी येते... म्हणे आम्ही तरुण आहोत. असाल, पण म्हणून काय बापाला विसराल? या हाडामासाच्या बापाला विसरा एक वेळ... पण ज्याने शरीर चिरून काढून आपल्या रक्ताचे शिंपण आकाशातील नक्षत्रांवर केले आणि सात परमेश्वराच्या आश्वासनाचा सोमरस पिऊन नवनिर्मिती केली त्या बापालाही विसराल? मग पहाडापहाडामध्ये टपून बसलेली गिधाडे साऱ्या माणसाच्या जातीचा फडशा पाडतील नाहीतर काय?

पहिल्या साठएक वर्षांत ज्यांचा स्पर्शही झालेला नाही, अशा लाचारी, हताशपणा, कडवटपणा, वांझोटा संताप इत्यादी विषारी भावनांच्या कडवट मिश्रणाने अप्पासाहेबांचे संपन्न व्यक्तिमत्त्व कुरतडायला सुरुवात झाली आहे. कोसळणे, उन्मळून पडणे दूर, नाही हेही दिसायला लागले आहे. मस्तक बधिर झाले आहे. हे असेच जगत राहायचे? दुसरे काय करणार? शरीर लुळेपांगळे झाले आहे. खिशात दमडी नाही. पार बधिर करून टाकणारा हताशपणा आला आहे.

पण सरकारचा भरवसा अजून शिल्लक आहे. तेवढाच एक दिलासा आहे. सबंध आयुष्यात फक्त एकच दागिना आपण या भोळ्याभाबड्या विश्वासू जीवाला दिला आणि तोही तिला आपल्यासाठी मोडावा लागला. बापरे... हे भयानक आहे. यावर एक शब्दही उच्चारणे आपल्याला शक्य नाही. एवढी कशी मोडतोड झाली आयुष्याची? खरे म्हणजे आपली पोरे चांगली आहेत. आपले म्हातारपण वाईट आहे. पण मागे जाऊन आपल्याला तरुण होता येत नाही. आणि पुढे जाऊन मरताही येत नाही. जगत राहिले पाहिजे नलूकडे जाऊन पाहू. तिथे कदाचित आयुष्य अधिक सुसह्य होईल. सरकार एवढे म्हणताहेत तर जाऊन तर पाहू. हे घर कायमचे सोडायलाच पाहिजे. जाताना एकदा ठमीला शेवटचे पाहून घ्यावे. पण तिला आपल्याला भेटायची बंदी आहे. कसे आपले आयुष्य असे लिप्ताळलेले? आणि कसे हे भोवतालचे जग, कसे क्रूर आणि अडाणी? असो. सर्वजण सुखात राहा या आशीर्वादाशिवाय आपण काय देऊ शकतो?

अशा अतिशय संभ्रमित अवस्थेत अप्पासाहेबांनी वयाची सत्तरी उलटून गेल्यावर पुन्हा एकदा आयुष्य नव्याने सुरू करावयाचे ठरविले आहे. मुलाचे घर सोडून ते मुलीच्या घरी निघाले आहेत.

गेली बारा वर्षे अप्पासाहेबांनी या व्यवहारी जगाशी जुळते घेण्याच्या प्रयत्नात स्वत:च्या व्यक्तिमत्त्वाशी जे भांडण मांडले आहे त्याचा वेडावाकडा डाग त्यांच्या आयुष्यावर आता कायमचा उमटला आहे. त्या डागाने आता त्यांच्या संपन्न व्यक्तिमत्त्वाची झळाळी खरडून काढली आहे. लाचारी, हताशपणा, कडवटपणा, वांझोटा संताप इत्यादी मंडळींनी आता त्याचा कायमचा मुक्काम मांडलेला आहे. भ्रमिष्टपणा वाढू लागला आहे.

नलूच्या गावी पोहोचल्यावर, स्टेशनावर कुणीतरी न्यायला येईल या आशेने वाट पाहाताना, गंमत वाटते म्हणून ते येणाऱ्या गाड्या बघत उन्हातान्हात उभे राहतात. कुठल्यातरी गाडीतली कुठलीतरी एक मुलगी त्यांना ठमीच वाटते आणि कसलाही विचार न करता ते धावत्या गाडीमागे पळत सुटतात. स्टेशनवरचा एक हमाल त्यांना मागे खेचतो म्हणून ते वाचतात. नाहीतर गाडीखालीच जायचे. दीड तास थांबूनसुद्धा स्टेशनवर कुणीच न्यायला आलेले नाही. त्यामुळे ते हताश झाले आहेत. हे असे होणारच होते. कारण मनाचे दरवाजे बंद असले म्हणजे शंभर तारा केल्या तरी त्या नलूपर्यंत पोहोचणार कशा? म्हणून जिला आपण आपले लाडके कोकरू म्हणून डोक्यावर घेतले तिच्याही मनाचे दरवाजे आपल्याकरिता बंद झाले आहेत, असा निराश सुस्कारा ते सोडताहेत. कुणी येणारच नाही — आपण उगीच

तिष्ठत बसलो आहोत — आणि आयुष्यभर असेच तिष्ठत बसणार आहोत — कुणीच, कधीच येणार नाही, या जाणिवेने ते कासावीस होताहेत. मनावरचे ते ओझे झटकून टाकण्याकरिता उगीचच गाडीचे काव्यमय वर्णन करताहेत, काहीतरी हास्यविनोद करताहेत आणि मग पुन्हा त्यांना दुनियेत खरे-खोटे खरे असत नाही, खरी असते ती सोय आणि गैरसोय ही कडवट जाणीव होते. कधी नव्हे ती सिगारेट ओढताना तंद्री लागते आणि त्या तंद्रीत त्यांना तिकीटकलेक्टरच्या जागी ठमीच दिसायला लागते. तिकीटकलेक्टरच्या एका साध्या उद्गारावरून त्यांना, आपल्याला या जगातून लवकरच जायचे आहे — पण वाट पाहण्यापलीकडे आपण काहीच करू शकत नाही ही हताश जाणीव होते. मग विठोबा आलेला पाहून ते एकदम उजळतात. नलूच्याकडून कुणीतरी आपल्याला घरी न्यायला आले म्हणून उजळतात आणि विठोबाही आपल्यासारखाच एक नाटकवाला आहे हे कळल्यावर आणखीच उजळतात. खुद्द नलू आणि जावई पाठोपाठ हजर होतात तेव्हा तर ते अक्षरशः हरखून जातात. सगळे जीवघेणे वाट पाहणे विसरून जाऊन ते मुलीच्या तब्येतीची अगदी मनापासून चिंता करतात. पण राहीनगरचे साहेब लोक 'हॅम्लेट' नाटक करताहेत, ही माहिती त्यांच्या हृदयात घर करून राहिली आहे. आपला जावई राहीनगरचा एक साहेब आहे आणि म्हणून आपली मुलगी त्या 'हॅम्लेट' नाटकात काम करत असेल अशी एक आशा त्यांना आहे, अंधूक आशा आहे. पण खूप वर्षांनी आपले कोकरू भेटल्याचे आनंदालाही उधळून टाकणारी आहे. नलू नाटकात काम करीत नाही हे कळल्यावरची निराशाही त्यामुळे तीव्र आहे. अपल्या मुलीने आपला वाढदिवस नेमका लक्षात ठेवून आपल्याकरता घरच्या फुलांचा हार करून आणला म्हणून ते गहिवरताहेत आणि नलू त्यांना उठण्याकरिता हात देऊ लागताच, उन्हामधल्या म्हाताऱ्याला फक्त तुझा हात दे, हा ठमीला दिलेला उदासवाणा, केविलवाणा संदेश त्यांना आठवतो आहे.

नलूकडे राहायला आलेले अप्पासाहेब हे बारा वर्षांपूर्वीच्या अप्पासाहेबांपासून खूप दूर पोहोचलेले आहेत. आणि नलूला ते नवीन आहेत. ती जुळते घेण्याचा, दुर्लक्ष करण्याचा प्रयत्न करीत आहे — पण त्यांचे ठिकठिकाणी केरकचरा करून ठेवणे, बाहेरून भज्यांसारखे पदार्थ घेऊन येणे, असल्या गोष्टी तिला आवडत नाहीत. त्यांना काहीही ताळतंत्र राहिलेला नाही अशी तिची खात्री होत चालली आहे. कुणाकडेही अप्पासाहेब पैसे मागतात, एकदा तर त्यांनी कपाटातला चंदनाचा हत्तीच नेऊन उशाखाली ठेवून दिला. विचारले तर म्हणाले मला हत्ती आवडतात... म्हणजे काय डोकंबिकं फिरायला लागलं की काय त्यांचं... एकदा

अप्पासाहेबांच्या जावयाचे बॉस ते स्वत: बसवीत असलेल्या 'हॅम्लेट' नाटकासंबंधी चर्चा करायला अप्पांकडे येतात. खरे म्हणजे अप्पांनी त्यांची नाटकाची तालीम पाहिली आहे आणि त्या मंडळींना नाटकातले काही कळत नाही अशी त्यांची खात्री झालेली आहे. त्यामुळे ते चर्चा करायला मुळीच उत्सुक नाहीत. शिष्टाचार म्हणून ते कळवणकरांचे उथळ आणि उद्धट बोलणे ऐकून घेतातही. पण मग कळवणकर गणपतराव जोशांबद्दल काहीतरी अधिक्षेपाचे बोलतात, हे सहन करणे अप्पासाहेबांना शक्य नाही. त्यांच्या आकाशाच्या प्रत्येक तुकड्यावर गणपतरावांच्या नावाचा शिक्का आहे. गणपतराव जोशी हे त्यांचे दैवतच आहे — त्या दैवताचा अपमान म्हणजे जगातल्या सगळ्या पावित्र्याची विटंबना आहे. एखाद्या ज्वालामुखीचा स्फोट व्हावा तसे अप्पासाहेब उसळून पेटून उठले आहेत. आणि त्या संतापाच्या तिरमिरीत त्यांनी कळवणकरांना तिथून हाकलून लावले आहे. पण पुढच्या क्षणी त्यांच्या लक्षात आले आहे की, साक्षात आपल्या आश्रयदात्याच्या वरिष्ठ अधिकाऱ्याला आपण दुखवले आहे. ते एकदम लीन, दीन, लाचार होतात. अतीव पश्चात्तापाने पोळतात. आपल्याला भानच राहिले नाही — आणि आपले ते घड्याळ हरवल्यापासून हे असे वरचेवर होते... हे घड्याळ साधेसुधे नव्हते. खूप वर्षांपूर्वी अप्पासाहेबांच्या हॅम्लेटचा नागपुरात गौरव झाला होता, तेव्हा साक्षात गणपतराव जोशांनी ते घड्याळ अप्पासाहेबांना दिलेले होते. आणि त्याच क्षणी अप्पासाहेबांच्या मनात एक श्रद्धा खोल रुतून बसली होती, की ते घड्याळ चालू असेपर्यंत सारे काही चालणार आहे... आणि ते घड्याळच आता हरवून गेले आहे. आता काय काय घडत राहणार आहे कुणास ठाऊक. सुकाणू तुटलेले ते गलबत कुठे आणि कसे भरकटत राहणार आहे कोण जाणे. पण इलाज नाही. आल्या दिवसाला आणि प्रसंगाला सामोरे जाऊन राहिलेच पाहिजे. आपल्या हातून आगळीक झालेली आहे, तेव्हा आपल्या लाडक्या कोकराकडून आपला अपमान झाला तरी तो गिळून टाकला पाहिजे.

ज्या जगात अप्पासाहेब राहताहेत ते त्यांच्या भोवतालचे जग कसे आक्रसत चालले आहे. त्यांच्या थिएटरच्या अंतराळाने तोलून धरलेल्या वेगळ्या पृथ्वीवरून निवृत्त होऊन ते मुलाच्या घरातून बाहेर पडावे लागून ते राहीनगरसारख्या छोट्या गावी आले तिथेही त्यांचे बाडबिछाने बंगल्यातून शेवटी एका अडगळघरात जाऊन पडले आहेत. या छोट्या छोट्या होत चाललेल्या जगात हा प्रचंड जीव कधीतरी मावेनासा होणार आहे — कधीतरी स्फोट होणार आहे.

या अडगळ–घराच्या छोट्याशा घरात आता फक्त दोन जीव वळवळताहेत अप्पासाहेब आणि कावेरी. मधूनमधून एकदा बाहेरच्या जगातला माणूस तिथे डोकावून जातो — पण तेवढेच. अप्पासाहेब आणि कावेरी यांच्या आयुष्याचे सगळे हिशेब-ठिशेब तिथे आता अगदी मोकळ्या आणि अलिप्त मनाने चाललेले आहेत. सगळ्या वेदना, व्यथा, विवंचनांबरोबरच सगळे अतीव सुखाचे क्षण आणि सगळी स्वप्नेसुद्धा सारीपटावरच्या कवड्यांसारखी खुळखुळत पटावर उलगडली जातात. पुन्हा गुंडाळली जातात आणि पुन्हापुन्हा उलगडली जातात. ते घड्याळ हरवल्यामुळे आता हिशेब तासांचा नाहीच, फक्त दिवसांचा उरलेला आहे. खरे म्हणजे घड्याळ हरवल्यापासून आयुष्याची कळा गेली आहे — पण या सगळ्या अडाणी मंडळींना वाटते आहे की, ज्ञानेश्वरी वाचल्याने आपले वर्तन सुधारेल... तसे असते तर खूप आजारी असलेल्या कावेरीनं, मला आज खूप बरं वाटतं आहे... असे म्हटल्याबरोबर आपल्या मनात पाल का चुकचुकली? आपल्याला एकदम वळचणीला बसलेली ती सैतानाची पिल्ले का दिसली? आपल्याला एकदम कावेरीच्या केसांत सोनचाफ्याची फुले खाण्याच्या प्रसंगाच्या आठवणीने आपले मन मोहरून का गेले? कावेरीने मोरवाडीला जाऊन राहण्याची गोष्ट काढताच एखाद्या काळोख्या डोहात पाय सोडून बसलेल्या अंधारवडासारखे आपण उदास का झालो? आणि मोरवाडीच्या नितळ निळ्या आकाशाचे आणि मनावर फुंकर घालून त्याचे अंतर्दर्शन होताच आपण एखाद्या लहान मुलासारखे उल्हसित का झालो? पन्नाससाठ वर्षांच्या वैवाहिक आयुष्यात आपण कावेरीला एक अत्यंत महत्त्वाची गोष्ट सांगायचं विसरून गेलो होतो — मी खूप खूप प्रेम करतो तुझ्यावर — ते आजच तिला सांगावेसे आपल्याला का वाटले? आणि आपल्या सगळ्या मैत्रिणींसंबंधी—अगदी मेनकेसंबंधी—सुद्धा — कबुलीजबाब किती सहजपणे देऊन आपण मोकळे झालो... आणि तरीही कावेरीने पालखीत बसायची अभद्र गोष्ट काढल्यावर आपण चांगलेच हादरलो. बंदर नाहीसे झाल्यावर गलबताने करायचे काय याची कल्पनाही करण्याचे धैर्य आपल्याला झाले नाही.

अतिशय हळवी, अस्थिर अशी अवस्था अप्पासाहेबांच्या मनाची आता झालेली आहे. मोठे केविलवाणे असे हे चित्र आहे. क्षणात आनंदाच्या, उल्हासाच्या अत्युच्च शिखरावर, तर क्षणात खिन्नतेच्या, निराशेच्या खोल दरीत. असा हा सारखा चाललेला प्रवास अक्षरश: भोवळ आणणारा आहे आणि मनाच्या अशा नाजूक अवस्थेतून ते जात असताना अप्पासाहेबांच्या लाडक्या कोकराने — नलूने — त्यांच्यावर पैसे चोरल्याचा आरोप केला आहे...

हे म्हणजे पृथ्वीवर गाफिलपणे हिंडणाऱ्या परमेश्वराच्या पाठीत सुरा खुपसून त्याचा खून करण्यासारखे आहे... इतर काहीही सहन होण्यासारखे आहे; पण हे? या चांडाळणीला खरोखरच वाटते आहे की, आपण पैसे चोरले. तिला माहीत आहे आपला क्रोधही आपल्यासारखाच लुळापांगळा आहे — वडाऱ्यांनी अर्धवट चिरून टाकलेले, गटारात तडफडणारे धड नुसते... तेव्हा रागावण्याचा तरी काय उपयोग आहे? क्रोधाने सबंध शरीराचा स्फोट व्हायला हवा आहे — पण तरीदेखील रागवायचे नाही. डोळ्यांत आसवे जमायला लागली तर खिळे मारून डोळ्यांच्या खाचा करायच्या संभाजीसारख्या — पण या नलू नावाच्या अळीसमोर रडायचे नाही. सगळे आतल्या आत दाबून, मुरगळून टाकायचे. मग कशाकरता जगतो आहोत आपण? काय उरले आहे आता जगण्यासारखे? फेकून द्यावे हे देहाचे लक्तर, त्यात गुंडाळलेल्या जाणिवेच्या वासनेसह मृत्यूच्या काळ्याशार डोहामध्ये. खरे म्हणजे मृत्यूच्या महासर्पाने जीवनाला असा डंख मारायला हवा आहे की नंतर येणाऱ्या निद्रेला जागृतीचा किनाराच असता कामा नये. पण मग त्या महानिद्रेतही पुन्हा स्वप्ने पडायला लागली तर? बापरे. हे महाभयंकर असणार. स्वप्नांपासून पळून जायला मग जागृतीचा आधारही असणार नाही. नव्या स्वप्नांच्या अनोळखी आणि कदाचित जीवघेण्या प्रदेशात प्रवेश करायचा धीर होत नाही म्हणून केवळ सहन करायचे हे लक्तरलेले जागेपण, सहन करायचा प्रेताचा निर्जीवपणा, षंढपणाने अभिमानावर होणारे बलात्कार, सहन करायची अस्तित्वाच्या गाभाऱ्यात (जिथे माणसाला सापडला होता ईश्वर आणि अनिकेत ईश्वराला सापडले होते घर...) असलेल्या, सारे जीवन उजळून टाकणाऱ्या सत्वाची विटंबना. आणि अखेर लाचार करुणेचा कटोरा घेऊन उभे राहायचे आपल्या मारेकऱ्याच्या दाराशी... का हे सारे करावे लागते? केवळ जगत राहिले पाहिजे म्हणून? पण जगत राहणे म्हणजे तरी काय? ज्या रक्ताच्या नात्यांना आपण जिवापाड जपत आलो, त्या नात्यांच्या सुंदर, निर्भेळ चौथऱ्यावर आपण आपल्या उर्वरित आयुष्याचा डोलारा उभा करण्याची स्वप्ने पाहिली, त्या नात्यांना काही अर्थ उरला नाही. कोकरासारखी एक गोजिरवाणी मुलगी होती, सशासारखा एक मुलगा होता. पण खरे म्हणजे ते आपले कुणीच नव्हते. ते पहा — सारे अनंत आभाळ पाठीवर घेणारे आठ हत्ती अष्टदिशांनी चित्कारून एकच भयानक सनातन सत्य सांगताहेत, कुणीही कुणाचं नसतं... त्या नऊ अक्षरी मंत्राने जगड्व्याळ, अक्राळविक्राळ रूप धारण करून अप्पासाहेबांचे सबंध आभाळ चिरून काढले आहे — पृथ्वीला भयंकर तडा गेला आहे — ते पार उद्ध्वस्त झाले आहेत. कसेबसेच तग धरून

उभे आहेत. तोच कावेरीचा अचानक मृत्यू त्यांच्या डोळ्यांसमोर झालेला आहे. मग मात्र एखाद्या दारूच्या कोठारासारखे ते सर्वांगी धडपडत फुटले आहेत. एका अतिशय संपन्न सुसंस्कारित, मनस्वी व्यक्तिमत्त्वाच्या चिंधड्या झाल्या आहेत.

या पुढच्या अप्पासाहेबांच्या आयुष्याचा (म्हणजे नाटकाच्या तिसऱ्या अंकातील अप्पासाहेबांचा) तपशील म्हणजे या चिधड्यांचा तपशील आहे. तोही काळीज गलबलून टाकणारा आहेत — कारण ज्या संपन्न व्यक्तिमत्त्वाच्या त्य चिंधड्या आहेत त्या व्यक्तिमत्त्वाचे फार प्रभावी दर्शन आपल्याला पहिल्या दोन अंकांत झालेले आहे. दुसऱ्या अंकाच्या शेवटी सारे संपलेले आहे. नटसम्राट गणपतराव बेलवलकर हा प्रचंड माणूस उद्ध्वस्त झालेला आहे. आता त्याच्या आयुष्याची लोंबती लक्तरे फक्त उरलेली आहेत आणि आहे — तेही पार विस्कटून गेले आहे. कावेरीच्या मृत्यूनंतर पंधराएक दिवस शुद्धबुद्ध हरवलेल्या अवस्थेत त्याने त्या घरात कसेबसे लोटले आहेत. आणि त्याच भ्रमिष्ट अवस्थेत ते तुफान एक दिवस घराबाहेर उधळले आहे.

खरे म्हणजे आता घरात आणि घराबाहेर या शब्दांना काही अर्थच उरलेला नाही. थंडीवारा, ऊनपाऊस कसलीच क्षिती राहिलेली नाही. बंदरच नाहीसे झाले आहे. आणि गलबत भरकटले आहे. आभाळच चिरून गेले आहे. आणि तुफान उधळले आहे. आभाळाच्याही पलीकडे थकलेल्या, अर्धे अधिक तुटून गेलेल्या, खचलेल्या अवस्थेत, जळके तुटके पंख पालवीत, खुरडत उडते आहे... तुफानाला तुफानपणच नडते आहे. त्याचे घर हरवले आहे. परमेश्वराच्या आश्वासनाचा सोमरस पिऊन, त्याचे सूर्याच्या चाकावर कातून काढलेल्या नवीन विश्वात जनावरी जीवनाच्या खडकावर एक विराट सुंदर देवालय उभारले होते — त्यात अनिकेत ईश्वराला घर सापडले होते — ते घरच आता हरवले आहे. त्या घराची दीनवाणी याचना करत तुफान आता हरवले आहे. त्या भ्रमिष्ट अवस्थेतही बायकोसाठी तुळशीवृंदावन बांधायचे राहूनच गेले आहे, ही अतोनात कासावीस करणारी जाणीव कुठेतरी डोकावते आहेच. पृथ्वीने मोठ्या कौतुकाने जोपासलेला माणूस नावाचा प्राणी हा खरे म्हणजे माणूस नाहीच तर ते एक साडेपाच फूट उंचीचे झुरळ आहे. असला विक्षिप्त पण विदारक साक्षात्कार पण तेथे आहे, आणि पोराबाळांचे नाव काढताच संतापाने फणा काढण्याइतकी वेदनेची जाणीवही आहे. संध्याकाळ झाली की भुते सगळ्या वाटा गुंडाळून टाकतात — मग आपल्याला जाताच येत नाही कुठेही... असली सुंदर प्रतिमा सहजपणे समोर टाकणारी काव्यात्मताही अजून जिवंत आहे — आणि, सगळीकडे भयाण जनावरे मोकाट सुटली आहेत,

सावध रहा असा इशारा ओरडून साऱ्या जगाला देणारी कावरीबावरी पिसाट वृत्तीही आहे.

म्हणजेच पूर्वीच्या जगाचे सगळे पाश पार तुटलेले आहेत. भ्रमिष्टपणा आला आहे पण त्याने मेंदूचा कबजा घेतलेला नाही. जुन्या जगातल्या आठवणी अजून शिल्लक आहेत आनंददायक आणि तापदायक अशा दोन्ही आठवणी अजून अधूनमधून डोके वर काढून वाकुल्या दाखवताहेत, थपडा मारताहेत, लचकेही तोडताहेत. म्हाताऱ्याच्या भ्रमात अजूनही शहाणपणा शिल्लक दिसतो तो हा.

आणि मग त्यांना स्वत:चे घर असलेला एक बुटपॉलिशवाला पोऱ्या भेटतो, तो राहतो पुलाच्या एका कमानीखाली –– पण त्याला घर आहे. रस्त्यावर टेकल्याबद्दल त्याला कुणीही हटकले तर त्याचे थोबाड फोडण्याइतका तो संतप्त आहे. नाटक म्हणजे त्याच्या दृष्टीने माडीवाल्यांची आणि गाडीवाल्यांची चैन आहे. पैसे काय रांडाही कमवतात, पण माणसे तगवणे हे महत्त्वाचे आहे, असे त्याचे तत्त्वज्ञान आहे. आणि माणसे म्हणजे रक्ताचे नातेवाईक नव्हेत –– त्यांच्यापासून तो केव्हाच सेप्रेट झाला आहे — तर काळजाच्या वाटेने आपल्या वस्तीत येतील ती माणसे ... हा कलंदर राजा भेटल्यामुळे अप्पासाहेबांच्या लडथडत्या जीवनाला पुन्हा एक आधार मिळाला आहे — तळघरातून बाहेर आल्यासारळे त्यांना वाटते आहे — पुन्हा प्रकाश दिसू लागला आहे. जीवनाचा लसलसता कोंब पुन्हा मूळ धरू पाहतो आहे — काळजांचा करार पुन्हा एकदा झाला आहे.

हा कोवळा कोंब जरा कुठे स्वच्छ सूर्यप्रकाशात डोके वर काढतो आहे तोच तो निर्घृणपणे पायदळी तुडवायला ही सारी माणसे कट केल्यासारखी इथे जमली आहेत. आपल्याला टाकून देणारी ही माणसे आहेत –– ज्यांच्या गुंत्यात सापडल्यामुळे आपले डोके भडकले, ज्यांनी आपले डोके ठेचून टाकले ती ही माणसे आहेत. त्यात एकदोन माणसे काळजाच्या वाटेने आलेली आहेत. नाटकात भुताचे काम करणारा पण मुळातच माणूस असलेला विठोबा आहे. आणि आपले ते अडगुले, सोन्याचे कडगुले—ठमी आहे. पण ही बाकीची माणसे क्रूर आहेत, ही आपल्याला घेऊन जातील. पुन्हा तळघरात घेऊन जातील, फाटक्या शेल्यासारखा आपल्याला बासनात बांधून आपल्या डोक्याचा बैदा करतील. नाही — आपण हवेसारखे मोकळे राहिलो तर सुखाने जगण्याची शक्यता आहे. या निष्ठुर माणसांचा प्राणपणाने प्रतिकार केला पाहिजे. आपल्या देहाच्या शामियान्यात राहायला आलेल्या सगळ्या महापुरुषांना आवाहन केले पाहिजे. हा ऑथेल्लो

आलाच, बस्... तरवारी म्यानबंद करा म्हणून गर्जना करीत. आणि तो आल्यावर सारे नाटकाचे जगच भोवती नाचू लागले. मुच्छकटिक, पुण्यप्रभाव, मॅक्बेथ, कितीतरी...

पण आजवर न केलेल्या अगर पाहिलेल्या एका अगदी नव्याच नाटकाची नांदी एकदम ऐकू येते आहे. धुपाचा सुवास हवेत दरवळला आहे. पडदा वर जायची वेळ झाली आहे आणि माझी नटी ती तर माझ्या अगोदरच स्टेजवर जाऊन बसली आहे. हे देवाघरचे अखेरचे चिरंतन नाटक सुरू होते आहे. आपली एंट्रीची वेळ आलेली आहे. आपण गेले पाहिजे. कदाचित पुन्हा एकदा आपल्या त्या वेगळ्या पृथ्वीवर, त्या स्वप्नभूमीत आपल्याला जायचे असेल, अखेरचे आणि कायमचे. आणि निरोप द्यायला हे सारे महापुरुष हजर आहेतच. ज्युलियस सीझर आहे. सुधाकर आहे, प्रतापराव आहे, हॅम्लेट आहे, ब्रूटसही आहे, आणि प्रत्यक्ष नटसम्राट गणपतराव बेलवलकरही आहेच की...

गणपतराव बेलवलकर या व्यक्तिरेखेचे मला जे दर्शन झाले त्याचे हे अगदी ढोबळ चित्रण. असंख्य बारकावे ह्या व्यक्तिचित्रणात आहेत आणि त्याचा मागोवा घेत जाणे फार सुखाचेही आहे — पण विस्तारभयास्तव ती गोष्ट टाळायलाच हवी. उदाहरणार्थ, दुसऱ्या अंकाच्या सुरुवातीला अप्पासाहेब आणि कावेरी स्टेशनवर वाट बघत बसली आहे. आणि अप्पासाहेब प्रवेशत म्हणतात, 'गेली' ... एकच साधा शब्द 'गेली.' कावेरीच्या पुढच्या वाक्यावरून ते गाडीच्या संदर्भात बोलताहेत हे उघडच आहे. पण हे फक्त तेवढेच आहे का? ते गाडीत दिसणाऱ्या ठमीच्या संदर्भात बोलताहेत? आणि ठमी गेली म्हणजे केवळ गाडीतूनच गेली का आपल्या आयुष्यातून गेली? कायमची गेली की परत कधीतरी येण्याकरता गेली? असे कितीतरी प्रश्नांचे घुमारे त्या एका शब्दाला फुटतात. आणि पहिल्या अंकाच्या अखेरीस जे भळभळते दुःख घेऊन अप्पासाहेब बाहेर पडले आहेत, त्या दुःखाची छटा एकदम त्या 'गेली'च्या उच्चाराने गडद होऊन जाते.

असे कितीतरी. सुरुवातीलाच म्हटल्याप्रमाणे अप्पांसाहेबांच्या तोंडी असलेल्या वाक्यांच्या अनेक अर्थच्छटांचा बारकाईने, कसून मागोवा घेण्यासारखा आहे. आणि तसे करणे हे अतिशय आनंददायी आहे — मन उद्ध्वस्त करणारे आहे.

साहित्य - समीक्षा (वि. वा. शिरवाडकर गौरवग्रंथ)
संपादक : ग. वि अकोलकर — बा. वा. दातार;
सार्वजनिक वाचनालय, नाशिक, १९७६.

www.ingramcontent.com/pod-product-compliance
Lightning Source LLC
LaVergne TN
LVHW020134230825
819400LV00034B/1158